அறுநீர்ப் பறவைகள்

சிறுகதைகள்

சுந்தர்.எம்

ஏலே பதிப்பகம்

Aelapublish@gmail.com Phone : 99449-92571

நூல் விவரம்

நூல் தலைப்பு	:	அறுநீர்ப் பறவைகள் சிறுகதைகள்
ஆசிரியர்	:	சுந்தர். எம்
மொழி	:	தமிழ்
பதிப்பு ஆண்டு	:	2021
பதிப்பு விவரம்	:	முதல் பதிப்பு
உரிமை	:	ஆசிரியருக்கு
தாளின் தன்மை	:	75 GSM
நூலின் அளவு	:	டெம்மி சைஸ்
மொத்த பக்கங்கள்	:	177
வடிவமைப்பு	:	vasanthrajinth@gmail.com

ஆசிரியரின் பிற நூல்கள்

1. காதல் கடிதம் : ரூ. 30.00

2. விழுதுகள் : ரூ.100.00

3. தெரியும்வரை தேடு : ரூ.120.00

4. தொடர்ந்து வரும் துரோகம் : ரூ.125.00

5. நினைத்தது ஒன்று : ரூ.130.00

6. புதிருக்கு மறுபெயர் ஸ்வப்னா : ரூ.110.00

7. ஓடும் ரயிலில் உலவும் மர்மம் : ரூ.120.00

8. மீண்டும் வாழ்பவள் : ரூ.125.00

9. தமிழரசனும் சிலைக்கடத்தல்
   மர்மமும் : ரூ.160.00

10. என் தாயின்
    கொலையாளியைத் தேடி : ரூ 220.00.

11. மீனாட்சி அம்மன் கோயிலும்
    64 திருவிளையாடல்களும் : ரூ 220.00

சிறுகதைகள்

மாயவனம்

இருள் மெல்ல மெல்ல தன் அடர்த்தியைக் குறைத்துக் கொள்ள ஆரம்பித்த போது செழியன் அந்த அடர்ந்த கானகத்தில் நுழைந்திருந்தான். நள்ளிரவில் இருந்து இலக்கு அறியாமல் பயணம் செய்த களைப்பு அவன் புரவியிடமும் தெரிந்தது.

பொழுது புலர ஆரம்பித்த நேரத்தில் அவர்கள் இன்னும் உள்ளே புகுந்திருந்தார்கள். அந்த அதிகாலை நேரமும், உயர்ந்து வளர்ந்து நெருக்கமாய் படர்ந்து நிற்கும் மரங்களும், அந்த இடத்துக்கு அதீத குளிர்ச்சியை வழங்கிக் கொண்டிருந்தன.

புரவி மிகவும் சோர்வடைந்திருந்தது அதன் குளம்பொலியில் தெரிந்தது. இன்னும் எங்கேதான் போக என்பது போல் அவனைத் திரும்பித் திரும்பிப் பார்த்தபடி நடந்தது. உண்மையில் அதுதான் அவனுக்கும் புலப்படவில்லை. ஏதோ ஒரு வேகத்தில் அரண்மனையை விட்டு வெளியே வந்துவிட்டானே தவிர, எங்கே போவது என்பதை இதுவரை அவன் முடிவு செய்யவில்லை.

எங்காவது ஒரு சுனை தென்பட்டால், சற்று ஓய்வெடுக்கலாம் என்று தோன்றியது. கண்ணுக்கு எட்டிய தூரமெல்லாம் கனத்த மரங்கள்தான் இருந்தன. புரவியை நிறுத்தி, கீழே இறங்கினான். அடுத்து என்ன செய்வது என்று குழப்பமாய்

இருந்தது. அந்த இடம் மனித நடமாட்டமே இல்லாமல் வெறிச்சிட்டுக் கிடந்தது. அவன் உள்ளத்தைப் போலவே.

சொல்லப்போனால் முன்தினம் வரை இருந்த செழியனே வேறு! கூர்மதி தேசத்து இளவரசன், மாமன்னர் வீரகேசரியின் ஒரே புதல்வன் பட்டமகிஷி மங்கையற்கரசியின் செல்லப் பிள்ளை என்பதெல்லாம் அவனை ஓர் கவலையில்லா மனிதனாகவே வலம் வரச் செய்திருந்தன.

ஆனால், வீரகேசரியின் மனநிலை வேறாக இருந்தது. பட்டத்து இளவரசன் பொறுப்பில்லாமல் சுற்றிக் கொண்டிருப்பதும், அறநூல்களில் ஆர்வம் இருந்தாலும், வீரக் கலைகள் கற்பதில் விருப்பமின்றி இருப்பதும் அவனைக் கவலை கொள்ளச் செய்திருந்தது. போர் தேவையில்லை, வீரகேசரியின் பேர் சொன்னாலே விரோதிகள் பயந்து ஓடும் நிலையிருக்க, செழியன் ஒரு கோழையாய் இருப்பது அவனுக்குச் சொல்லொண்ணாத் துயரத்தை அளித்தது.

செழியனைச் சொல்லியும் குற்றம் இல்லை. கல்வி கேள்விகளில் சிறந்திருந்தாலும், அவனுக்கு போர்க்கலை மட்டும் புலப்படவில்லை. வாள் பிடிக்கும் கரம் வளைந்து நடுங்கியது. துணிவூட்ட முயன்ற போர்க்கலை ஆசிரியர்கள் எல்லோரும், சோர்வுற்று பேரரசியிடம் முறையிட்டனர். மங்கையற்கரசியின் எண்ணம் வேறாக இருந்தது. ஒரு மதியூக மந்திரியும், திறமையான சேனாதிபதியும் இருந்தால் யார் வேண்டுமோனாலும்

அரசாளலாம் என்று அவள் நம்பினாள். ராஜகுருவின் ஆலோசனையின்படி முடிசூட்டு விழாவுக்கு நாள்கூட முடிவாகி விட்டது.

திடுமென அங்கே தோன்றிய இரைச்சல் அந்தப் பேரமைதியில் பெரிதாய் ஒலித்து, அவன் சிந்தனையைக் கலைத்தது. அவர்கள் நின்றிருந்த மரத்தின் மேல் பறவைகள் படபடவென சிறகடித்த அச்சத்தத்தால் மிரண்டு கனைத்த தன் புரவியின் பிடரியை அன்புடன் வருவி அமைதிப் படுத்தியபடி, நிமிர்ந்து பார்த்தான் செழியன்.

அவர்கள் நின்றிருந்த அந்தப் பெரிய ஆல மரத்தையே வட்டமிட்டுக் கொண்டிருந்த கழுகு ஒன்று, சட்டென தாழப் பறந்து அவன் அருகே இருந்த ஒரு மரக் கிளையின் மீது வந்து அமர்ந்தது.

அதன் அகன்ற பெரிய கண்களும், கூரிய நுனியுடைய வளைந்த அலகும், அவனையே நோக்கியிருக்க, சற்று அச்சம் கொண்ட செழியன் பார்வையை வேறு பக்கமாய்த் திருப்பினான்.

'நீங்கள் யார்?'

அந்த வார்த்தைகள் கீச்சுக் குரலில் இருந்தாலும், அங்கிருந்த அமைதியில் தெளிவாய் பலத்து ஒலிக்கவே, திடுக்கிட்ட செழியன், சுற்றிலும் பார்த்தபடி, 'யார் பேசியது?', என்றான்.

'என்னைப் பாருங்கள்!', என்றது கழுகு

உருவத்தில் சற்றுப் பெரிதாய் இருந்ததால் அது ஒரு பெட்டைக் கழுகாய் இருக்கலாம் என்று தோன்றியது. மரத்தின் கிளையை இறுக்கமாய்ப் பற்றி நிற்கும் வளைந்த நகங்களைக் கொண்ட வலுவான கால்களும், அகன்று நீண்ட இறக்கைகளும் அதன் திறனைக் காட்ட, 'நீயா என்னை அழைத்தது?', என்றான் வியப்பும் அச்சமும் கலந்த குரலில்.

'இங்கே வேறு யார் இருக்கிறார்கள்?'

'நீ பேசுவாயா?'

'பேசா மடந்தை என்று எண்ணினீர்களா?'

அவன் மௌனமாக,

'யாருமே வரத் தயங்கும் இந்த வனத்துக்குள் நீங்கள் தனியே வரக் காரணம்?'

அவன் சற்றுத் தயங்கினான். ஜடாயு போன்ற பறவைகள் பேசுவதை இதிகாசங்களில் படித்திருக்கிறானே தவிர, நேரில் கண்ட அதிர்ச்சியில் இருந்து இன்னும் அவன் மீளவில்லை. இதனிடம் என்ன சொல்லி என்ன ஆகப் போகிறது என்று ஒரு கணம் தோன்றினாலும், தன் முடிவைச் செயலாக்கு முன் யாரோ ஒருவரிடம் மனம் விட்டுப் பேசினால்தான் என்ன என்றும் தோன்றியது.

அவன் சொல்லி முடிக்கும்வரை மௌனமாய் தலையை ஆட்டியபடி கேட்டுக் கொண்டிருந்தபின், 'அந்தப்புரத்தில் யாரோ இரண்டு

சேடிப் பெண்கள் கேலி பேசினார்கள் என்பதற்காக, நாட்டை விட்டு ஓடி வந்து விட்டீர்களா?', என்றபடி கேடயத்தில் கத்தி உரசும் ஒலியைப் போல் நகைத்த அக்கழுகு, 'மனிதர்களுக்கு மதியில்லை என்று என் தாயார் அடிக்கடி சொல்வது உண்மைதான் போலிருக்கிறது!'

அதன் கேலிச் சிரிப்பைத் தாங்க முடியாமல்,

'கூர்மதி தேசத்தின் பெருமைக்கு என்னால் சிறு களங்கமும் நேர்ந்து விடக் கூடாது என்பதால்தான் புறப்பட்டு வந்தேன் கழுகாரே!', என்றான்.

'உங்களை எண்ணி பெருமைப்படுவதா, பரிதாபப் படுவதா என்றே தெரியவில்லை!', என்று சலித்துக்கொண்ட கழுகு, 'சரி, அடுத்து என்ன செய்வதாய் உத்தேசம்?'

'இங்கே வரும்வரை எந்தக் குறிக்கோளும் இல்லை!'

'இப்போது உண்டாகி விட்டதா?'

'அதோ தெரிகிறதல்லவா, மலை உச்சி. அங்கே சென்று பிராணத் தியாகம் செய்யப் போகிறேன்!'

'தற்கொலையா?', என்று திடுக்கிட்ட கழுகு, 'சரியான முட்டாள்தனம்! என் அம்மாவின் வாய்க்குள் ஒரு ஆரஞ்சுப் பழத்தைத்தான் திணிக்க வேண்டும். சரியாய்த்தான் சொல்லியிருக்கிறார்'

'யாருக்கும் பயன் இன்றி வாழ்வதில் அர்த்தம் என்ன கழுகாரே?'

'சரி, ஒரு முடிவோடுதான் வந்திருக்கிறீர்கள் போலிருக்கிறது. இனி நான் சொல்லியா உங்கள் மனது மாறப் போகிறது?', என்று வேதனையுடன் முணுமுணுத்த கழுகு, 'அதற்கு முன் எனக்கொரு உதவி செய்ய இயலுமா இளவரசே?'

'என்ன உதவி?'

'சற்று நேரத்துக்கு முன் இம்மரத்தின் உச்சியில் இருந்து ஒரு கூக்குரலை நீங்கள் கேட்டிருக்கலாம். அது என் குழந்தைகள் பயந்து எழுப்பிய ஓலம்!'

'எதற்காக?'

'சில நாட்களாகவே ஒரு பெரிய மலைப்பாம்பு தினந்தோறும் இங்கே வந்து, மரத்தில் ஏறி, என் குஞ்சுகளில் ஒன்றை விழுங்கிப் போவதை வழக்கமாய் வைத்திருக்கிறது'

'அடப்பாவமே!'

'உன் புரவியின் குளம்பொலி கேட்டு, எங்கே அந்த பாம்புதான் வந்துவிட்டதோ என அவர்கள் பயந்து அலறிய சத்தம்தான் நீங்கள் சற்றுமுன் கேட்டது. அந்தப் பாம்பை எதிர்த்து வெல்லும் ஆற்றல் எனக்கில்லை இளவரசே!'

'என்னால் மட்டும் எப்படி முடியும்?', என்றான் திகைத்துப்போய்.

'நீங்கள் உங்கள் புரவியுடன் பக்கத்து மரத்தின் பின் மறைந்து நில்லுங்கள். அந்தப் பாம்பு இங்கே வந்து மரத்தில் ஏறும்போது, பின் பக்கமாய் வந்து கொன்று விடுங்கள்'

'கொல்லவா?', என்றான் திடுக்கிட்டு, 'அவ்வளவு தைரியம் இருந்தால் நான் ஏன் ஓடி வரப் போகிறேன்? நான்தான் உனக்கு என் கதை முழுவதும் சொன்னேனே?'

'கத்தி எடுத்தாலே கை நடுங்கும் என்றால், ஓடி வரும்போது உடைவாளையும் ஏன் உடன் கொண்டு வந்தீர்கள் இளவரசே?'

'உடைவாளா?', என்று அதிர்ந்தவன், புரவியின் கழுத்தில் தொங்கிக் கொண்டிருக்கும் வாளை அப்போதுதான் கவனித்து, 'சேணம் பூட்டும்போது அதுவும் சேர்ந்து வந்துவிட்டது போலிருக்கிறது. இருளில் கவனிக்கவில்லை!'

'உங்கள் பரிதாப நிலை எனக்குப் புரிகிறது இளவலே!', என்ற கழுகு, 'உடைவாளைப் பிடிக்கும் போது உங்கள் கை நடுங்குவது ஏன்? விரோதி நம்மைவிடப் பலசாலி, வென்று விடுவான் அல்லது கொன்று விடுவான் என்ற பயம்தானே காரணம்? இங்கே அதற்கான வாய்ப்பே இல்லை. நீங்கள் தாக்க வருவது அந்த மலைப் பாம்புக்குத் தெரியாது. அப்படியே தெரிந்து கொண்டாலும் கூட, விரைந்து திரும்பி, திருப்பித் தாக்க அதன் உடல்வாகு இடம் கொடுக்காது'

வாதம் என்னவோ சரியாய்த்தான் தெரிந்தது. அவன் சம்மதம் சொல்வதற்குள், கீழே உதிர்ந்திருந்த சருகுகளில் ஒரு சலசலப்பு கேட்க, 'வந்துவிட்டது! தயாராக இருங்கள்!', என்றது கழுகு.

உறையில் இருந்து வாளை உருவிக் கொண்டான் செழியன். கை நடுங்காமல் இருப்பது கொஞ்சம் தைரியத்தை அளித்தது.

அந்த மலைப்பாம்பு மரத்தை மெல்ல நெருங்கியது, மரத்தின் அடிப் பகுதியைச் சுற்றி வளைத்து மேலே ஏறும்வரை அதன் வால் இருக்குமிடம் புலப்படாத அளவுக்கு பெரிதாய் இருந்தது. அதன் பருமனையும், நீளத்தையும் பார்த்தால், இது ராஜமலைப்பாம்பு வகையாய் இருக்கும் என்று அவனுக்குத் தோன்றியது.

கழுகுவின் பார்வை செழியன் மீதே இருந்தது. ஒருவாறு தன்னைத் தைரியப்படுத்திக் கொண்ட செழியன் பாம்பை நெருங்கினான். மரத்தில் ஏற ஆரம்பித்திருந்த பாம்பு, சட்டென தலை நிமிர்ந்து அவன் பக்கம் திரும்பியது.

'ஏன் தாமதம், வெட்டுங்க!', என்றது கழுகு.

அவன் உடல் அதிர்ந்தது. நடுங்கும் கரத்தில் இருந்து வாள் நழுவி விடாமல் இருக்க, அதைத் தரையில் ஊன்றியபடி நின்றான்.

'நீ யார்?', என்றது மலைப்பாம்பு குழப்பத்துடன்.

'கூர்மதி தேசத்து இளவரசன் மாவீரன் செழியன்!', என்றது கழுகு.

'இருக்கட்டும்! என்னை ஏன் கொல்ல வரவேண்டும்?'

'என் குஞ்சுகளைக் காப்பாற்ற!'

'இது நீதியா இளவரசே?', என்றது பாம்பு, 'விலங்கினத்தில் ஒன்றையொன்று அடித்து உண்பது அங்கீகரிக்கப்பட்ட நியதிதானே? வேங்கை மானை வேட்டையாடக் கூடாது என்று கூடச் சொல்வீர்களா?'

மலைப்பாம்புவின் பணிவான வார்த்தைகள், அவனுக்கு கொஞ்சம் தைரியத்தை அளிக்க, வாளை உயர்த்தியபடி, 'இருந்தாலும், இந்த இளம் குஞ்சுகளை அழிக்க விடமாட்டேன். நான் வாக்குக் கொடுத்திருக்கிறேன்'

'சரி இளவரசே! உங்கள் சொல்லுக்கு நான் கட்டுப்படுகிறேன். இனி இந்தக் கழுகுக்கு எந்தத் துன்பமும் இழைக்க மாட்டேன். ஆனால், நீங்கள் எனக்கொரு உறுதிமொழி தரவேண்டும்!'

'என்ன வேண்டும், சொல்!', என்றான் சற்றும் சிந்திக்காமல்.

பாம்பு கீழிறங்கி அவனருகே வந்து, 'அதோ அந்த மலை உச்சியைப் பார்த்தீர்களா இளவரசே?'

'நான் அங்கேதான் போய்க் கொண்டிருக்கிறேன்'

'நல்லதாய்ப் போயிற்று. போகும் வழியில் ஒரு பெரிய பழத்தோட்டம் இருக்கிறது. நாங்கள் எல்லாம் அதில் கிடைக்கும் கனிகளைத்தான் புசித்து வாழ்ந்து வந்தோம். சில தினங்களுக்கு முன்னால் அங்கே வந்த மிகப்பெரிய பறவை ஒன்று எல்லாப் பழங்களையும் தானே தின்றுவிடுகிறது. அதை விரட்ட வழியில்லாமலும், பசியைப் போக்கவும் நாங்கள் இப்படி வேறு வேறு இடங்களுக்கு இடம் பெயர்ந்து அலைகிறோம்'.

'அந்தப் பறவையை வேறு இடத்துக்கு விரட்ட வேண்டுமா பாம்பாரே?'

'அவ்வாறு செய்தால், காலம் முழுவதும் நாங்கள் உங்களுக்குக் கடமைப் பட்டிருப்போம் இளவரசே!'

'நம்பிக்கையோடு செல்லலாம் பாம்பாரே. நான் பார்த்துக் கொள்கிறேன்!', என்றான் செழியன் சற்றும் நம்பிக்கையில்லாமல்.

அந்த மலைப்பாம்பு நிம்மதியுடன் அவனை நோக்கித் தலை சாய்த்து வணங்கி அவ்விடத்தை விட்டு நகர்ந்ததும்,

'மிக்க நன்றி இளவரசே!', என்றது கழுகு.

'பரவாயில்லை. நானும் புரவியும் களைத்திருக்கிறோம். அருகில் சுனை ஏதும் இருக்கிறதா கழுகாரே?'

'நான் வழிகாட்டுகிறேன்', என்றது கழுகு.

பாறை வெடிப்புகளில் இருந்து ஓடிவரும் தெள்ளிய நீர் ஒரு இடத்தில் தேங்கி, நிறைந்து வழிந்து கொண்டிருந்தது. அதன் நீல நிறம் மனத்தைக் கொள்ளை கொள்ள, கழுகை அனுப்பிவிட்டு, சுனையை நெருங்கிய செழியன் திடுக்கிட்டு நின்றான்.

சுனை நீரின்றி வெறிச்சிட்டுக் கிடந்தது.

'இது என்ன மாயை?', என்றான் வியப்புடன், தைரியத்துக்கு வாளை உருவிக் கையில் வைத்தபடி.

அருகில் எந்த அரவமும் இல்லாமல் அமைதியாய் இருந்தது.

பாறைகளின் இடுக்குகளில் இருந்து வடியும் நீர் மட்டும் மெல்லிய ஓசையுடன் அங்கே மறுபடி தேங்க ஆரம்பித்தது. சற்று நேரத்தில் அந்த இடம் நிரம்பி வழிய, அதை நெருங்கிய செழியன் அதிர்ந்து போனான்.

அது காலியாய் இருந்தது.

பயத்தில் உடல் நடுங்க, அதை வெளிக்காட்டாமல், 'இதென்ன மாயாஜாலம்? யாரது? வெளியில் வா!', என்றான் பலத்த குரலில்.

'நீ யார்?'

அந்தக் குரல் பாறையில் பட்டுப் பிரதிபலிக்க, எந்தப் பக்கம் திரும்பிப் பதில்

கூறுவது என்று புரியாமல், 'கூர்மதி தேசத்து இளவரசன்!', என்றான்.

'இளவரசனா?'

அந்தச் சுனைக்கு அருகே, இருந்த கரிய பாறை ஒன்று மெல்ல அசைய, அதன் நடுவே இரு கருவிழிகள் தோன்றின.

திக்பிரம்மையடைந்து நின்ற செழியனிடம்,

'இளவரசே! உங்களுக்காகத்தான் இவ்வளவு நாட்கள் காத்திருந்தேன்', என்றது அது.

அந்தக் காட்டில் புல், பூண்டு பேசினாலும் வியப்படையா மனநிலைக்கு வந்திருந்த செழியன், 'யார், பாறையா பேசுவது?', என்றான்.

'இல்லை இளவரசே! நான் சாதாரண காண்டாமிருகம்தான். இடைவிடாமல் நீரைப் பருகிக்கொண்டே இருப்பதால், என் உடல் இப்படி ஆகிப் போயிற்று!'

'இந்தத் தணியாத தாகத்துக்கு என்ன காரணம்?'

'ஒரு சாபம்தான் காரணம் இளவரசே!'

'சாபமா?', என்றான் திகைத்தபடி.

'ஆமாம் இளவரசே! உங்களுக்கு விளக்கமாகவே சொல்கிறேன். அதோ, அந்த மலை உச்சி தெரிகிறது பாருங்கள், அங்கே ஒரு சக்தி வாய்ந்த முனிவர் இருக்கிறார். ஒரு சிறு

ஆலயத்தை நிர்மாணித்து பூஜை செய்து வருகிறார். சில தினங்களுக்கு முன்னர் நான் அங்கே சென்றபோது, அறியாமல் அபிஷேகத்துக்கு வைத்திருந்த நீரை அருந்தி விட்டேன். முனிவருக்கு மிகவும் கோபம் வந்துவிட்டது. மன்னித்துக் கொள்ளுங்கள். தாகத்தால் தெரியாமல் குடித்துவிட்டேன் என்று மன்றாடினேன். அவர் கோபம் தணியவில்லை. இனி உனக்கு தாகமே அடங்காது எனச் சாபமிட்டு விட்டார்!'

'தெரியாமல் செய்த பிழைக்கா இவ்வளவு பெரிய தண்டனை?'

'என் கதறலால் அவரிடம் கருணை பிறந்தது. நீ இருக்கும் இடத்துக்கு ஒரு இளவரசன் வருவான். அவனால் உனக்கு சாப விமோசனம் உண்டாகும் என்று சொன்னார்'

'வந்தானா?'

'அதுதான் வந்துவிட்டீர்களே இளவரசே!'

'நானா?', என்றான் திடுக்கிட்டு, 'என்னால் என்ன செய்ய முடியும்?'

'அது எனக்குத் தெரியாது. ஆனால், ஒன்று மட்டும் நிச்சயமாய்த் தெரிகிறது. நீங்கள் என்னைக் காப்பாற்றா விட்டால், உடல் வெடித்து என் உயிர் பிரிவது உறுதி!'

அவனுக்குக் குழப்பமாய் இருந்தது. பய உணர்ச்சி இப்போது ஒரளவுக்கு மட்டுப்பட்டிருந்தது. அந்த மிருகத்தின் நிலையைப் பார்த்தால் இரக்கம்

18

சுரந்தது. சரி, சாகத்தானே போகிறோம், அதற்கு முன் அந்த முனிவரைச் சந்திப்பதில் என்ன இழப்பு ஏற்படப்போகிறது என்று தோன்றியது.

'கவலைப்படாதே, நீ சாப விமோசனம் அடைய வழி செய்கிறேன்', என்ற செழியன், 'அந்த இடத்துக்கு எப்படிப் போவது?'

'இந்த நீரோடை வரும் வழியிலேயே சென்றால் மலை உச்சியை அடையலாம் இளவரசே'

'ஒரு பெரிய பழத்தோட்டம் இருக்கிறது என்று கூறினார்களே?'

'அது நீங்கள் போகும் வழியிலேயே இருக்கிறது இளவரசே', என்றது அந்த மிருகம் பணிவும் நன்றியும் கலந்த குரலில்.

$$$$$$$$$$$$$$$$$$$$$$$$$

நீண்டு வளர்ந்து பருத்த பழ மரங்கள் அடர்ந்து நிரம்பியிருந்ததால் அந்த இடத்தில் அதீத குளிர்ச்சி நிலவியது. அவ்வளவு மரங்கள் இருந்தாலும் அங்கே பறவைகள் இருக்கும் அறிகுறியே தென்படாதது செழியனுக்கு ஆச்சர்யமாய் இருந்தது. அதைவிட வியப்பளிக்கும் காட்சி ஒன்றும் தென்பட்டது. அங்கிருந்த மரங்கள் அனைத்தும் கனிகள் இன்றிக் காணப்பட்டன.

கடும் வெய்யிலில் நடந்து வந்தவனுக்கு அந்த இடம் இதமாகவே இருந்தது. புரவி சற்று ஓய்வெடுக்கட்டும் என்று ஒரு மரத்தடியில் அமர

நினைத்தவன், புரவியின் மிரண்ட கனைப்பில் கவனம் சிதற, திருப்பித் திகைத்து நின்றான்.

அவன் அருகே நின்று கொண்டிருந்த உருவத்தை இனம் காண முடிவதே சிரமமாய் இருந்தது. அவனைவிட இருமடங்கு உயரமாகவும், மிகப் பருமனாகவும் இருந்த அவ்வுருவம் அவனுக்குத் தெரிந்த உயிரினங்களின் வடிவங்களுக்குச் சற்றும் சம்மந்தமில்லாமல் இருக்கவே திடுக்கிட்டுப் பின்வாங்கினான். அதீத பயம் அவனை ஓட முடியாமல் சிலையாக்கவே, கை அன்னிச்சயாய் உடைவாளைப் பற்றியது.

'ஆள் அரவமற்ற இந்தக் கானகத்தில் தனியே வந்திருக்கும் நீ யாரப்பா?', என்றது அந்த உருவம்.

இதற்காகவே காத்திருந்ததுபோல, 'நான் கூர்மதி தேசத்தின் இளவரசன்', என்றான் செழியன்.

சட்டென அது பின்னோக்கி நகர்ந்து, 'இளவரசரா?', என்றது, 'உங்களுக்காகத்தானே நான் இவ்வளவு நாட்கள் காத்திருக்கிறேன்'

புரிந்து போயிற்று. அதே கதைதான் இங்கேயும் நடந்திருக்கிறது என்று தோன்றியது. பயம் போய்விட்டால் கை நடுக்கம் குறைய, உடைவாளை மேலே உயர்த்தியபடி, 'நீ என்ன பறவையா, விலங்கா?', என்றான்.

'உங்கள் ஐயத்துக்கும் காரணமிருக்கிறது இளவரசே. நான் ஒரு நெருப்புக் கோழிதான். ஒரு சாபத்தால் இப்படி உருமாறியிருக்கிறேன்'

'என்ன சாபம்? ஏன் இங்கே வசித்த உயிரினங்களை உணவுக்கு வழியின்றி அலைய விட்டிருக்கிறாய்?'

'சொல்கிறேன்!', என்றது ஒரு சூடான நீண்ட பெருமூச்சுடன், 'இளவரசே, அதோ ஒரு மலை உச்சி தெரிகிறது பாருங்கள். அங்கே உள்ள ஆசிரமத்தில் ஒரு முனிவர் வசிக்கிறார். விஸ்வாமித்திர முனிவரைவிட கோபக்காரர் இவர். அவருக்குப் பயந்து யாருமே அங்கே போவதில்லை. ஒரு நாள் என் தோழியைத் தேடி அலைந்தபடி அங்கே போய்விட்டேன். மலை ஏறியதில் தாளமுடியாத பசி. கொஞ்சமும் சிந்திக்காமல் பூஜைக்குப் படைக்க ஆசிரம வாசலில் வைக்கப்பட்டிருந்த பழங்களைத் தின்றுவிட்டேன்!'

'என்ன சாபம் கொடுத்தார்?'

'எப்போதுமே தீராத அதீத பசி இருக்கும் என்ற சாபம். அதனால்தான் இந்தத் தோட்டத்தில் இருந்தபடி பழங்களைப் புசித்து வருகிறேன்'

'சாப விமோசனம் ஒன்றும் சொல்லியிருப்பாரே?'

'சொன்னாரே! நீ இருக்குமிடம் தேடி ஒரு இளவரசன் வருவான். அவனால் உன் சாபம் விலகும் என்று சொன்னார்'

'சரி, அவ்வாறே செய்கிறேன்!', என்றவன், 'ஆனால், சாப விமோசனம் அடைந்த பிறகு ஒரு கணம் கூட இந்தத் தோப்பில் இருக்கக்கூடாது!'

'உறுதியாய் இருக்க மாட்டேன். உங்கள் மீது சத்தியம். அப்படியும் இருந்தால், நீங்கள் திரும்பி வரும்போது உங்கள் வாளுக்கு என்னை இரையாக்குங்கள்'

அவன் முகத்தில் புன்னகை அரும்பியது. நாம் நிச்சயமாய்த் திரும்பப் போவதில்லை, அப்படியே திரும்பினாலும் தலை எது, கை எது, கால் எது என்று தெரியாத இவ்வுருவத்தை என்ன செய்வது என்று தோன்றியது. இருந்தாலும், தன் பலவீனத்தை வெளிக்காட்ட விரும்பாமல், 'நான் புறப்படவா?, என்றான்.'

'இனி மலை ஏறுவது சிரமம். உங்கள் புரவி இங்கேயே ஓய்வெடுக்கட்டும். நீங்கள் திரும்பும்போது அழைத்துச் செல்லலாம்', என்றது அந்த உருவம் கனிவுடன்.

கதிரவனின் உக்கிரம் குறையத் தொடங்கியிருந்தது. மலையின் உச்சியில் இருக்கும் ஆசிரமமும் அதைச் சுற்றியிருக்கும் பூந்தோட்டமும் தெளிவாய்த் தெரிய ஆரம்பித்தன.

அந்த ஒற்றையடிப் பாதையின் ஓரத்திலேயே சல சல என்ற மெல்லிய ஓசையுடன் ஓடி வந்து கொண்டிருக்கும் சிற்றோடை அவன் களைப்பைப் போக்கப் போதுமானதாய் இருந்தது. எதை வேண்டாம் என வெறுத்தானோ, அதே உடைவாள்தான் தனக்கு உதவியாய் கடைசிவரை உடன் வருகிறது என்பதை நினைக்கும் போதே அவனுக்குச் சிரிக்கத் தோன்றியது.

நேற்று இரவில் இருந்து இப்போதுவரை நடக்கும் சம்பவங்கள் அனைத்துமே கொஞ்சமும் நம்ப முடியாதவையாகவே இருந்தன. தான் இன்னும் கனவுதான் கண்டு கொண்டிருக்கிறோமா என்ற சந்தேகம் கூட எழுந்தது.

அந்தச் சந்தேகத்தைத் தீர்க்கவோ என்னவோ அந்தச் சம்பவம் நிகழ்ந்தது. அவன் சட்டென நின்றான். தான் எதன்மீதோ மோதியிருக்கிறோம் என்பது புரிந்தது. ஆனால், வழியின் குறுக்கே யாருமில்லை. எதிரில் உள்ள எல்லாமே தெளிவாய்த் தெரிந்தன.

ஒன்றும் புரியாமல், தன் உடைவாளை உருவிய செழியன், அதை முன் புறம் நீட்டி மெல்லச் சுழற்றி, சட்டென நிறுத்தினான். அது அரூபமான ஒரு பொருள் மீது மோதுவதையும், ஸ்படிக நிலையிலான அந்த உருவம் இப்போது மெல்ல அசைவதையும் உணர்ந்து, பின் நோக்கி நகன்று, 'நான் கூர்மதி நாட்டு இளவரசன். நீ யார்? இவ்வாறு உருவமற்று வழிமறித்து நிற்கக் காரணம் என்ன?', என்றான்.

'இளவரசரா?', என்றது குரல், 'தெய்வம் போல வந்தீர்கள். உங்களுக்காகவே இவ்வளவு நாளாய்க் காத்திருக்கிறேன்'

'நீ பறவையா, விலங்கினமா?'

'நான் ஒரு களிறு இளவரசே! சில நாட்களுக்கு முன்னால்..'

'அதோ தெரியும் அந்த ஆசிரமத்துக்குப் போயிருக்கிறாய். கவனிக்காமல், அங்கிருக்கும் முனிவர் மீதோ, அல்லது பொருட்கள் மீதோ மோதியிருக்கிறாய். பார்க்காமல் வந்துவிட்டேன் என்று சொல்லியிருப்பாய். அவர் கோபமுற்று, யாரும் பார்க்க முடியாத உருவத்தை அடைவாயாக என்று சாபமிட்டிருப்பார்'

'இளவரசே, இது தங்களுக்கு?'

'இன்னும் சொல்கிறேன். உன்னை நாடி ஒரு இளவரசன் வருவான். அவனால் உன் சாபம் நீங்கும் என்று கூடச் சொல்லியிருப்பாரே?'

'இளவரசே! நீர் முக்காலம் உணர்ந்த ஞானி. இனி நான் என் பழைய உருவை அடைய முடியும் என்ற நம்பிக்கை உண்டாகிவிட்டது'

'இருக்கட்டும்!', என்றான், 'இப்படி அந்த முனிவர் பார்க்கும் ஆளையெல்லாம் சபித்துக் கொண்டிருக்கிறாரே அவருக்கென்ன பித்தமா?'

'தெரியவில்லை இளவரசே! ஆனால், ஒன்று மட்டும் நிச்சயமாய்த் தெரிகிறது. அவர் எந்த நேரமும் தங்களை எதிர்பார்த்துக் காத்துக்கொண்டிருக்கிறார்.', என்றது அது.

$$$$$$$$$$$$$$$$$$$$$$$$$$

பூத்துக் குலுங்கும் மலர்ச் செடிகள் சுற்றியிருக்க ஒரு ரம்யமான சூழ்நிலையில் அந்த ஆசிரமம் இருந்தது. தென்னங் கீற்றுகளால் வேயப்பட்ட கூரை திண்ணை வரை சரிந்து

24

நீண்டிருந்தது. வேள்வித்தீயில் வேகும் சந்தனமும், அகிலும் வெளியிலும் மணம் பரப்பிக் கொண்டிருந்தன..

முன் வாசலுக்கு நேராக குடிலுக்குள் அமர்ந்தபடி பூஜையில் ஆழ்ந்திருந்த முனிவரிடமிருந்து கணீரென்ற குரலில் ஒலித்த வேத மந்திரங்கள் அவன் உள்ளத்திலும் ஊடுருவவே, உடல் சிலிர்ந்தபடி வாசலிலேயே நின்றிருந்தான் செழியன்.

'யார், கூர்மதி இளவரசனா?', என்றார் முனிவர் சற்றும் திரும்பாமல், 'சற்று காத்திரு. பூஜையை முடித்துக் கொண்டு வருகிறேன்'

செழியன் அமைதியாய் அந்தத் திண்ணையில் அமர்ந்தான். கடமை முடிக்கும் நேரம் என்பதால் கதிரவன் தன் வெம்மையைக் குறைத்துக் கொண்டிருந்தான். மெல்லியதாய் வீசிய காற்றுகூட சற்று குளுமையாகவும் இதமாகவும் இருந்தது.

'தாமதப்படுத்தி விட்டேனா?', என்றபடி வெளியே வந்த முனிவர், வயதானாலும் திடகாத்திரமாய் இருந்தார். அவரது கண்களின் ஒளி அவனை வசீகரிக்க, 'என்னை ஆசீர்வாதம் பண்ணுங்க', என்று பணிந்தான்.

'மனம் போல் வாழ்வு', என்று சிரித்த முனிவர், 'வா, நந்தவனத்தில் நடந்தபடி பேசலாம்'

நந்தவனம் பெரியதாய் அழகாய் இருந்தது. பல வகையான மலர்ச் செடிகளின் ஊடே, சிதறிப்

பறக்கும் வானவில்லைப் போல பல வண்ணப் பட்டாம்பூச்சிகள் சுதந்திரமாய்ப் பறந்து கொண்டிருந்தன.

'மாமுனி, நான் இங்கு வந்த நோக்கம்..', என்று ஆரம்பித்தான் செழியன்.

அவர் முகத்தில் மெல்லிய முறுவல் படர, 'இரண்டு இளவரசே! ஒன்று, இந்த உச்சி முகட்டில் இருந்து குதித்து உயிர் துறப்பது! இரண்டு, வழியில் நீ சந்தித்த மூன்று பேரின் சாபம் தீர்ப்பது!'

'அவர்கள் என்ன அப்படிப்பட்ட குற்றம் இழைத்தார்கள் முனிவரே? தணியாத தாகம், அடக்கமுடியா பசி, பார்க்க இயலா உருவம்! தாங்கள் அவர்களை அருள்கூர்ந்து மன்னித்திருக்கலாம்'

'அவை படும் துன்பத்தை உன்னால் தாள முடியவில்லையா செழியா?'

'உண்மைதான்!'

'உடல் ரீதியாய் அவை படும் வேதனையை நீயும் உணர்கிறாய். நல்ல குணம்! ஆனால், உன் பிரிவால் உன் தாய் தந்தையர்க்கு உள்ளத்தில் உண்டாகும் துயரை ஏன் உணர மறுக்கிறாய்?'

அவன் திகைத்து நிற்க,

'சரி, இது உன் முடிவு! இதில் தலையிட எனக்கு உரிமையில்லை. அதே போல் என் முடிவிலும் நீ தலையிட முடியாது'

'ஆனால், நான் அவர்களுக்கு வாக்கு கொடுத்திருக்கிறேனே'

'அதற்கு நான் எப்படிப் பொறுப்பாவேன்?', என்றவர், சற்று நேரம் அமைதியாய் நடந்த பின், 'சரி, நீ ஒரு நிபந்தனைக்குக் கட்டுப்பட்டால், நான் அவர்களுக்கு சாப விமோசனம் அளிக்கிறேன்'

'என்ன நிபந்தனை?'

'என்னோடு வாற்போர் புரிய வேண்டும். நீ வென்றால் அவர்களுக்கு சுய உருவம் கிடைக்கும்'

அவன் திடுக்கிட்டு நின்றான், 'அய்யா, நீர் முக்காலமும் உணர்ந்த ஞானி! என்னை வாற்போருக்கு அழைத்தல் தர்மமா?'

'வாற்போர் என்றாலே அஞ்சி ஓடும் நீ, செல்லும் இடத்துக்கெல்லாம் அதை ஏன் தூக்கிக்கொண்டு திரிகிறாய்?'

அவன் பேச முடியாமல் நிற்க,

"செழியா, உன் முன் இரண்டு வழிகள் உள்ளன. ஒன்று, இங்கிருந்து குதித்து உயிர் விடுவது. அது கூர்மதி குலத்துக்கே இழுக்கு! இரண்டாவது, இந்த மூன்று உயிரினங்களுக்காக என்னுடன் போர் புரிவது. இதில் நீ மடிந்தாலும், உன் புகழ் காலமெல்லாம் நிலைத்திருக்கும்'

சற்று நேரம் அமைதியாய் நின்றிருந்த செழியன், 'சரி, சம்மதம்! நான் தயார்!', என்றான்.

###################

சுற்றிலும் இருந்த மலை முகடுகள் அசையாமல் இவர்களையே ஆர்வத்துடன் பார்த்துக் கொண்டிருந்தன. தெற்கில் இருந்து வீசும் தென்றல், அவர்கள் போரிடும் களைப்பைப் போக்குவதற்காகவே, தோட்டத்துப் பூக்களின் நறுமணத்தையும் சுமந்து வந்து கொண்டிருந்தது.

சாமியார் தனித்து வாழ்பவர், அவருக்கு வாற்போர் பயிற்சி இருக்காது, அவர் கையில் பிடித்திருக்கும் சிறிய, மெல்லிய வாளால் நம் உடைவாளைச் சமாளிக்க இயலாது என்றெல்லாம் நினைத்திருந்த செழியனின் நம்பிக்கை எவ்வளவு தவறானதென்பது அந்தச் சண்டை துவங்கிய சில வினாடிகளிலேயே அவனுக்குத் தெளிவாகத் தெரிந்துபோய் விட்டது.

தன் வாள் சுழலும் திசையெல்லாம், அந்தச் சிறுவாள் தோன்றி தடுத்து நிற்பதையும், வலிமையுடன் எதிர்ப்பதையும் உணர்ந்த செழியனுக்கு, தான் அவசரப்பட்டு விட்டோமோ என்று தோன்றியது. அந்த வாள் அத்துடன் நின்று விடாமல், அடிக்கடி தன் மார்பை நெருங்குவதையும், உடனே விலகி விடுவதையும் கவனித்த செழியனுக்கு , இவர் நம்முடன் போரிடுகிறாரா, அன்றி போர்ப்பயிற்சி அளிக்கிறாரா என்ற சந்தேகம் எழுந்தது.

'அவ்வளவுதானா/ கற்றதெல்லாம் காட்டிவிட்டாயா செழியா?', என்று சிரித்தார் முனிவர்.

அந்தக் கேலிச் சிரிப்பு அவனிடம் கொஞ்சம் நஞ்சம் இருந்த தயக்கத்தையும் போக்கிவிட்டதால், அவன் வாள் உத்வேகத்துடன் சுழல ஆரம்பித்தது. தான் எவ்வளவு ஆக்ரோஷமாய்ப் போரிட்டாலும், ஒரு குழந்தையுடன் விளையாடுவதைப் போலவே அவர் அதைச் சமாளிப்பதையும், இதுவரை தடுப்பு ஆட்டம் மட்டுமே ஆடிக் கொண்டிருக்கும் அவரது வாள் எதிர்த்துச் சுழல அதிக நேரமாகாது என்பதையும், அப்படி நேர்ந்தால் அதுவே இப்போருக்கும் தனக்கும் இறுதித் தருணமாய் இருக்கும் என்பதையும் கணித்த செழியன், கடைசி முயற்சியாய் உடைவாளை இரு கரங்களாலும் பிடித்து உயர்த்தி, அவரது தோளுக்கு மேலாக இறக்கினான்.

அவனது முயற்சி மட்டும் பலித்திருந்தால் அந்த முனிவரின் கதை அப்போதே முடிந்திருக்கும். ஆனால், நடந்ததே வேறு! அந்தச் சிறுவாள் சட்டென உயர்ந்து அம்முயற்சியைத் தடுக்க, செழியனின் உடைவாள், எதிர்பாராத வகையில் சட்டென வழுக்கிக் கொண்டு முனிவரின் மணிக்கட்டில் பதிந்தது. அவரது வாள் நழுவிக் கீழே விழ, மணிக்கட்டைப் பிடித்தபடி நின்றார் முனிவர்.

திடுக்கிட்ட செழியன் தன் உடைவாளை அவர் காலடியில் கிடத்திவிட்டு, பணிந்து, 'என்னை மன்னித்து விடுங்கள்!', என்றான்.

'நீ இவ்வளவு பெரிய வீரனாய் இருப்பாய் என நான் நினைக்கவில்லை செழியா!'

'இதில் என் திறமை எதுவும் இல்லை என்பது உங்களுக்கே தெரியும்!'

'அப்படி இல்லை இளவரசே! ஆபத்து வரும்போது பூனை கூட புலியாய் மாறும்', என்றவர், 'எப்படியோ, நீ என்னை வென்று விட்டாய். நான் உறுதி அளித்தபடி அவர்களுக்கு சாப விமோசனம் அளிக்கிறேன்'

மறுகணமே, அவர்கள் முன் சிங்கம், காண்டாமிருகம், நெருப்புக்கோழி சுய உருவுடன் தோன்றி அவரை வணங்கி நின்றன.

'உங்கள் நன்றியை நீங்கள் இந்த இளவரசனுக்குத்தான் சொல்ல வேண்டும்!', என்றார் முனிவர் சிரித்தபடி.

அவைகள் மீண்டும் அவர்களை வணங்கி விடைபெற்றுச் செல்ல,

'உன் இரண்டாவது குறிக்கோள் வெற்றிகரமாய் முடிந்துவிட்டது செழியா! இனி அடுத்து என்ன செய்யப்போகிறாய்?', என்றார் முனிவர் அமைதியாய்.

'தாங்கள்தான் வழிகாட்டவேண்டும்!', என்றான் அவன் பணிவுடன்.

'செழியா, இவ்வளவு நாட்கள் நீ உனக்காக வாழ்ந்தாய். அதனால்தான் பயம் உன்னிடம் ஒட்டிக்கொண்டிருந்தது. எப்போது, தன் உயிரைத் துச்சமென நினைத்து பிறருக்காக வாழ ஆரம்பித்தாயோ, அப்போதே வெற்றித் தேவதை

உன்னைப் பற்றிக் கொண்டாள். ஐந்தறிவு கொண்ட மிருகங்களுக்கும், நான்கறிவு கொண்ட பறவைகளுக்குமே நல்லது செய்யத் துணிந்த உன்னை மன்னனாய்ப் பெற கூர்மதி மக்கள் தவம் செய்திருக்கவேண்டும். உன்னால் கூர்மதி நாட்டின் கீர்த்தி மேலும் பெருகும். போய் வா!'

அவன் மறுபடி அவர் தாள் பணிந்து, அந்த ஒற்றையடிப் பாதையில் இறங்கிப் போவதை மெல்லிய புன்முறுவலுடன் பார்த்துக்கொண்டிருந்த முனிவர், 'வீரகேசரி, இன்றுடன் உன் மனத்துயர் ஓய்ந்தது!', என்று முணுமுணுத்தார்.

$$$$$$$$$$$$$$$$$$

அறுநீர்ப் பறவைகள்

அந்த வீட்டின் முன் மரண நிழல் படிந்திருந்தது. வீட்டின் முன் ஒரு பரபரப்போ, வீட்டுக்குள் ஒரு அழுகுரலோ கேட்காதது கொஞ்சம் ஆறுதலாய் இருந்தது. காரை ஓரமாய் நிறுத்திவிட்டு கீழே இறங்கினேன்.

அந்த வீட்டுக்குள் வந்து ரொம்ப வருடங்கள் ஆகிவிட்டது. ஸ்கூல் படிக்கிற காலத்தில் பெரும்பாலும் மாதவன் வீட்டில்தான் இருப்பேன். ஒருநாள் போகாவிட்டாலும், 'நேற்று ஏம்பா வரலே?', என்று அவன் அம்மா கேட்பார்கள். நான் கல்லூரிக்குப் போனதில் இருந்து ஊருக்கு வருவது குறைந்துவிட்டது. அதன்பிறகு அடிக்கடி போனில் பேசிக்கொள்வோம். கடந்த பத்து வருடங்களாய் அது கூட இல்லாமல் போய்விட்டது.

முன்னால் இருக்கும் திண்ணையை மரப் பலகைகளால் அடைத்திருந்தார்கள். உள்ளே ஹாலில் ஒரு கட்டிலில் அவனைக் கிடத்தியிருந்தார்கள். அவன் பக்கத்தில் இருந்த பெண் என்னைக் கண்டதும், சட்டென எழுந்து, சற்று யோசித்து, 'அண்ணே, நீங்களா?', என்றாள்.

நான் அதற்குப் பதில் சொல்லாமல் கட்டிலுக்கு அருகில் இருந்த ஒரு நாற்காலியில் அமர்ந்து, 'இப்ப எப்படிம்மா இருக்கான்?', என்றேன்.

அவள் முகம் இருண்டது. கண்கள் கலங்க, 'ஒண்ணும் செய்ய முடியாதுன்னு சொல்லிட்டாங்க அண்ணே!'

'எனக்கு ஏம்மா சொல்லலே? தற்செயலாய் நம்ம நாகராஜன் சொன்னதைக் கேட்டு ஓடி வர்றேன்!', என்றவன் அவள் பதிலை எதிர்பாராமல், 'ஏதாவது சாப்பிடுறானா?'

'பால் மட்டும்தான் அண்ணே! ஒருவாரமாய்ப் பேச்சு நின்னு போச்சு! இதோ பார்க்கிறார் இல்ல, இந்த வெறிச்ச பார்வைதான்!', அழுதாள்.

'நான் கார்லதான் வந்திருக்கேன்! மதுரைக்குக் கூட்டிட்டுப் போகலாமா?'

'எங்கேயும் தூக்கிட்டுப் போனா உடம்பு தாங்காதுன்னு சொல்லிட்டாங்க!'

காலம் அவளை உருக்குலைத்திருந்தது. என் தங்கையின் கிளாஸ்மேட் அவள். அப்போதே அவ்வளவு அழகாய் இருப்பாள். பள்ளி வாத்தியார்களே அவள் பார்வைக்குத் தவம்

கிடந்தார்கள். அவள் பார்வையோ மாதவன் பக்கமே இருந்தது.

அவர்கள் திருமணம் பெரும் போராட்டத்துக்குப் பிறகுதான் நடந்தது. இவ்வளவுக்கும் சொந்தம்தான். மாதவன் ஸ்கூல் படிப்போடு நின்றுவிட்டான். ஒரு பெட்டிக்கடை வைத்திருந்தான். சாந்தா வீட்ல யாருக்கும் விருப்பமில்லை. ஆனால், சாந்தாவின் பிடிவாதம்தான் கடைசியில் ஜெயித்தது.

மாதவன் விளையாட்டில் புலி! புட் பாலோ, ஹாக்கியோ, பந்து அவன் போற திசையெங்கும் போகும்! அதலெட்டிக் பாடி அவனுக்கு!

அந்த உடம்பு இப்போ கூனிக் குறுகிக் கிடந்தது. முகம் இடுங்கிப் போய், அடையாளம் தெரியாமல் மாறியிருந்தது. அந்தக் கண்கள் மட்டும் அதே கூர்மையுடன் என்னை வெறித்துப் பார்த்துக்கொண்டிருந்தன.

'இன்னும் ஒரு நாளோ, ரெண்டு நாளோ, முக்கியமானவங்களுக்குத் தகவல் கொடுத்திடுங்கன்னு டாக்டர் சொல்லிட்டார்!'

'பெரியவன் வந்திருக்கானா?', என்றேன்.

மூத்தவன் ரவி பிறந்ததும் மாதவன் எனக்குத்தான் முதல்ல போன் பண்ணினான்.

மாதவனுக்கு அவன் மேல ரொம்பப் பிரியம். ரவியை நான் சின்னப் பையனாய்ப் பார்த்தது. மும்பையில் ஐ.ஓ.ஸி.யில அவன் வேலை செய்யுறதாய் மாதவன் சொன்ன ஞாபகம்.

'பெண்டாட்டியையும் கூட்டிட்டு வந்திருக்கான்!', என்ற சாந்தா, 'இங்கே தங்க வசதியில்லைன்னு மதுரையில் தங்கியிருக்கான். டெய்லி வந்து பார்த்திட்டுப் போறான்!'

மாதவனிடம் கொஞ்சம் அசைவு தெரிந்தது.

'நீங்க கொஞ்சம் பால் ஊத்துறீங்களா அண்ணே?', என்று கேட்டாள் சாந்தா.

பாலை அவன் வாய்க்குள் விடும்போது, ஸ்பூனைப் பிடித்திருந்த என் கரங்கள் நடுங்கின. அவ்வளவு பழக்கங்களும் இனி வெறும் நினைவுகளாகிவிடுமோ என்று தோன்ற கண்கள் கலங்கின. அவன் பார்வை என் மீதே நிலைகுத்தி இருந்தது.

'தாத்தா..!', என்ற குரல் கேட்டது.

அந்தப் பெண்ணுக்கு ஆறு வயது இருக்கலாம்! பாவாடை சட்டையில் கொஞ்சம் பெரிய பெண்ணாகவே தெரிந்தாள். இருந்தாலும் முகத்தில் குழந்தை தெரிந்தது.

அந்தப் பெண் எங்களைக் கவனிக்காமல் கட்டிலை நெருங்கி, 'தாத்தா!', என்றாள்.

அதே நேரம், 'ஐசூ!', என்ற கோபமான குரலுடன் உள்ளிருந்து வந்த ஒரு பெண், 'உன்கிட்டே என்ன சொல்லியிருக்கேன்? பக்கத்தில போகக்கூடாது! இன்பெக்ஷன் ஆகிடும்!', என்றபடி அந்தக் குழந்தையின் கையைப் பிடித்து இழுக்க, அது விடாப்பிடியாய், 'மம்மி, தாத்தா!', என்றது.

கோபத்தில் அவள் அந்தக் குழந்தையின் முதுகில் பளாரென அறைய, அது வீரிட்டு அழுதது.

'சனியனே! உன்னை உங்க அப்பாகூடவே அனுப்பியிருக்கணும்!'

மாதவனிடம் மறுபடி ஒரு சலனம் தெரிந்தது.

'அண்ணே, இவதான் கடைசிப் பொண்ணு லாவண்யா!', என்றாள் சாந்தா சூழ்நிலையை மாற்ற, 'லாவண்யா, அங்கிளைத் தெரியலையா?'

லாவண்யா அப்போதுதான் என்னைக் கவனித்தது போலப் பார்த்தாள். சாந்தாவின் இளவயது பிம்பமாய் இருந்தாள். அவள் பிறந்ததும், 'டேய், எனக்கு மக பிறந்திருக்காடா! கடைசிக் குழந்தை!', என்றான் மாதவன் போனில்.

'நிச்சயமாத் தெரியுமா?', என்றேன்.

'எதுடா?'

'இதுதான் கடைசின்னு!'

அவன் அப்போது சிரித்தது இன்னும் காதில் ஒலிக்கிறது.

'அங்கிள், நீங்களா? எப்போ வந்தீங்க?', என்றாள் தர்மசங்கடமாய்.

'நீ எப்பம்மா வந்தே?'

'மூணு நாள் ஆச்சு அங்கிள்!'

'மாப்பிள்ளை வரலியா?'

'வந்து எங்களை விட்டுட்டுத்தான் போனார்! அவருக்கு நிறைய வேலை அங்கிள்! முடிஞ்சதும் போன் பண்ணுன்னு சொல்லிட்டுப் போயிருக்கார்! ரொம்ப சீரியஸ்னு அண்ணன் போன் பண்ணியதால வந்தோம்! இப்படி இழுக்கும்னு தெரிஞ்சிருந்தா கொஞ்சம் லேட்டாவே வந்திருக்கலாம்! ஐஸுக்கு ஸ்கூல் வேற! எவ்வளவு நாளைக்கு லீவு போடுறது?'

எனக்கு என்ன பதில் சொல்வது என்று தெரியவில்லை! பார்வையை மாதவன் பக்கம் திருப்பினேன்! அவன் என்னைத்தான் பார்த்துக் கொண்டிருந்தான்.

அப்போது படி ஏறி உள்ளே வந்த வாலிபன், எங்களை நெருங்கி, 'அங்கிள்! கடையைத் தாண்டி உங்க கார் வர்றதைக் கவனிச்சுட்டுத்தான் வந்தேன்! நல்லா இருக்கீங்களா? ஸாரி, உங்களுக்குச் சொல்ல மறந்திட்டேன்! அப்பாவுக்கு மட்டும் பேசுற சக்தி இருந்தா, ஏண்டா, அவனுக்குச் சொல்லலேன்னு திட்டியிருப்பாரு!'

'நடுவுளவன்! திவாகர்!', என்றாள் சாந்தா.

'அப்பாவோட பெட்டிக்கடையை பெரிய டிபார்ட்மென்டல் ஸ்டோரா மாத்திட்டே போலருக்கே!', என்றேன், 'மாதவனுக்கு அதில ரொம்ப சந்தோஷம் திவாகர்!'

'என் அண்ணன் பெண்ணைத்தான் இவனுக்குக் கட்டியிருக்கு!', என்றாள் சாந்தா.

'நான்தான் கல்யாணத்துக்கு வந்திருந்தேனே!', என்றவன், 'உங்களுக்கு மொத்தம் ஐஞ்சு குழந்தைகள் இல்லையா?'

'ஆமா அண்ணே! பெரியவனுக்கு அடுத்து ஸ்வர்ணா! அமெரிக்காவில இருக்கா! மாதவனுக்கு அடுத்து ஒரு பையன், பத்ரி! இதோ, வர்றான் பாருங்க!', என்று அவள் சொல்வதற்கே காத்திருந்ததுபோல, அவன் உள்ளே வந்தான்.

அவன் முகத்தில் கவலையும் கோபமும் இருந்தன. என்னைக் கவனிக்காததுபோல, 'ஏம்மா, இன்னும் எவ்வளவு நாளைக்கு நான் இங்கேயே உட்கார்ந்திட்டு இருக்கிறது?', என்றான்.

'என்னை என்னடா செய்யச் சொல்றே?'

'மூணு நாளாய் வேலைக்குப் போகாம உட்கார்ந்திருக்கேன்! இப்போ, அப்போன்னு இழுத்துக்கிட்டே போகுது!'

'அப்பா முக்கியம் இல்லையாடா?'

'அதைவிட வேலை முக்கியம்! என் பொண்டாட்டி பிள்ளைகளுக்கு யாரு சோறு போடுவா? அப்புறம் பேசாம வந்து இந்த ஸ்டோர்ல இருக்க வேண்டியதுதான்!'

'அதுக்கும் உனக்கும் என்னடா சம்பந்தம்?', என்றான் திவாகர்.

'என்ன சம்மந்தமா? இது பொதுக்குடும்பச் சொத்துதானே! எனக்குப் பங்கில்லையா?'

'உனக்குத்தான் நிறையப் பணம் செலவு பண்ணி வேலை வாங்கிக் கொடுத்தாச்சு, இல்லையா? என் பெண்டாட்டி நகைகளை அடகு வச்சு இந்தக் கடையை ஆரம்பிச்சிருக்கேன்! அம்மாகிட்டே கேளு!'

'அவங்க தன்னோட அண்ணன்
பொண்ணுக்குத்தானே சப்போர்ட் பண்ணுவாங்க!'

'ஏண்டா, அசிங்கப் படுத்துறீங்க?', என்றாள்
சாந்தா.

'ஏதாவது உயில் எழுதி வச்சிருக்காரா,
இல்லையா?', என்றான் பத்ரி.

'எனக்கு என்னடா தெரியும்? என்னைக்
கேட்டுட்டா எல்லாம் பண்ணினார்?', என்ற சாந்தா,
'உன் பொண்டாட்டி ஏண்டா வரலே?'

'என்னைக் கேளு! உன் அமெரிக்கப்
பொண்ணு ஏன் வரலே?'

'உடனே வரமுடியலையாம்டா! பணம்
அனுப்பியிருக்கா!'

'அப்போ, உனக்கு பணம்தான் முக்கியமாப்
போச்சு, இல்லையா? என் கிட்டே
சொல்லியிருந்தா, நானும் பணத்தை அனுப்பிட்டு
அங்கேயே இருந்திருப்பேன்!'

'உங்களையெல்லாம் கடைசிக் காலத்தில
பார்க்கணும்னு அப்பாவுக்கு ஆசையா இருக்காதா
பத்ரி?'

'நீதான் கடைசிக் காலம்னு சொல்றே!
இன்னும் எவ்வளவு நாளைக்கு இழுத்துக்கிட்டே
இருக்கப் போகுதோ தெரியலே!'

'எல்லாம் என் தலைவிதி!', என்று அழுதாள்
சாந்தா.

நான் கட்டிலுக்கு எதிரே இருந்த ஜன்னல்
கம்பிகளைப் பிடித்தபடி நின்றுகொண்டிருந்தேன்.
மனம் மரத்துப் போயிருந்தது.

'என்ன சத்தம் இங்கே?', என்ற குரலைத்
தொடர்ந்து மாதவனின் அக்கா உள்ளே வந்து
கொண்டிருந்தாள், 'மறுபடி ஆரம்பிச்சிட்டீங்களா?
ஏண்டா பத்ரி, நீ வேணா கிளம்பிப் போயேன்!
முடிஞ்சதும் சொல்லி அனுப்புறோம்! வா!'

இளம் வயதிலேயே கணவனை இழந்த
அக்காவை மாதவன் தன் கூடவே வைத்திருந்தான்.
அவளன்றி அவ்வீட்டில் ஒரு அணுவும் அசையாது.

அவள் பார்வை என் பக்கம் திரும்பியது.
தலை முடி முழுவதும் நரைத்திருந்தது. அந்தக்
குரல் மட்டும் இல்லை என்றால் அவளை எனக்கு
அடையாளமே தெரிந்திருக்காது.

'யாரு, தம்பியா!', என்றாள் வியப்புடன், 'நீ
எப்படா வந்தே?'

'அரை மணி நேரம் ஆச்சுக்கா!', என்றேன்.

'உன்னை வச்சுக்கிட்டுத்தான் இந்தக் கூத்து நடக்குதா?', என்றவள், 'எல்லோரும் உள்ள போங்க!', என்றாள் பொதுவாக.

நான் மௌனமாய் மறுபடி அந்த நாற்காலியில் வந்து அமர்ந்தேன்.

அக்கா, அழுதுகொண்டிருக்கும் சாந்தாவை அணுகி, ஆதரவாய்ப் பற்றி, 'என்ன செய்யுறது சாந்தா? எனக்கும்தான் இவன் படுற கஷ்டத்தைப் பார்க்கச் சகிக்கலை! பாவம், யாருக்கும் எந்தக் கொடுமையும் செய்யாதவன்! இவனைத்தான் ஆண்டவன் சோதிக்கிறான்!', என்றவள், 'எப்படியெல்லாம் பாடுபட்டு, எவ்வளவு சொத்து வாங்கினான்! அதையெல்லாம் விட்டுட்டுப் போக மனசு வருமா?'

'யாருக்கும் கஷ்டம் கொடுக்காம கொண்டு போன்னு தினம் சாமியை வேண்டிட்டு இருக்கேன் மதினி!'

'ஒண்ணு செய்யலாமா சாந்தா?'

'என்ன மதினி?'

'இந்த மாதிரி மண்ணாசையில உயிர் இழுத்துக்கிட்டுக் கிடந்தா, பால்ல கொஞ்சம் மண்ணைக் கலந்து கொடுக்கணும்னு சொல்லுவாங்க!'

'உங்களுக்கு எது சரின்னு படுதோ, அதைச் செய்யுங்க மதினி!', என்றபடி சாந்தா அக்காவுடன் உள்ளே போனாள்.

எனக்குப் பகீரென்றது. மறுபடி எழுந்து வந்து அந்த ஜன்னல் கம்பிகளை இறுக்கமாய்ப் பற்றிக்கொண்டேன். கட்டுப்படுத்த முடியாத மன அழுத்தத்தில் உடல் நடுங்கியது. காருக்குள் போய் மனம் விட்டு கதறி அழுதால்தான் சரியாகும் என்று தோன்றியது.

மாதவன் அருகே சென்றேன். அவன் பார்வை என் மேல்தான் இருந்தது. அவன் கரத்தைப் பற்றி மென்மையாய் அழுத்திவிட்டுப் புறப்பட்டபோது, திகைத்துப்போய் நின்றேன்.

அவன் கரம் என் கையை அழுத்தமாய்ப் பற்றிக் கொண்டிருந்தது. அவன் பார்வை அறையெங்கும் சுற்றி, யாரும் இல்லை என்பதை ஊர்ஜீதம் செய்தபின், என்னிடம் நிலைத்தது.

அவன் கண்களில் இருந்து கண்ணீர் பெருக்கெடுத்தது.

'ஏண்டா எனக்குச் சாவே வரமாட்டேங்குது?', என்றான்.

$$$$$$$$$$$$$$

பெத்த மனம்

மேஜைமீது பரவியிருந்த மருத்துவ பரிசோதனை முடிவுகளை கவனத்துடன் பார்த்துக்கொண்டிருந்த டாக்டரின் முகம் உணர்ச்சியில்லாமல் இருந்தது.

'என்ன டாக்டர்?', என்றாள் மாதவி கவலையுடன்.

'போன தடவை வந்திருந்தபோதே அகிலேஷ்கிட்டே சொன்னேன்! கிரியேட்டின் அளவு அதிகமாய் இருக்கு! டெஸ்ட் பண்ணிப் பார்க்கலாம்னு சொன்னேன்! அவர் வெளிநாட்டில வேலை செய்த கணக்குகளை முடிச்சிக்கிட்டு ஒரு மாதத்தில திரும்பி வர்றேன்னு சொன்னார்! சொல்லி ஆறு மாசமாச்சு! இப்பகூட கால் எல்லாம் வீங்காட்டி வந்திருக்கவே மாட்டிங்க!'

'அவருக்கு லீவ் கிடைக்கலே டாக்டர்!'

'வேலையை விட உயிர் பெருசும்மா!', என்ற டாக்டர், 'இப்போ, பிளட் டெஸ்ட், யூரின் டெஸ்ட், பயாப்சி, அல்ட்ராசவுண்ட், எம்.ஆர்.ஐ. எல்லாம் பார்த்திட்டோம்! எல்லாம் சொல்றது

ஒண்ணுதான்! உங்க கணவருக்கு க்ரானிக் கிட்னி டிஸீஸ்!'

'மருந்தில குணப்படுத்திடலாமா டாக்டர்?'

'முதலிலேயே ட்ரீட்மெண்ட் ஆரம்பிச்சிருந்தா, ஒரு வேளை, மருந்தில குணப்படுத்தியிருக்கலாம்!'

'இப்ப என்ன டாக்டர் செய்யுறது?', என்றாள் கவலையுடன்.

'இப்பவாவது வேலையை விட்டுட்டு வந்திட்டாரா?'

'மூணு மாசம் லீவ் போட்டுட்டு வந்திருக்கார்! லாஸ் ஆப் பே!'

'இனிமே அவர் திரும்ப வேலைக்குப் போற எண்ணத்தையே மறந்திடணும் மேடம்! எவ்வளவு அனீமிக்கா இருக்கார் பாருங்க! கொலஸ்ட்ராலும் பிரஷரும் அதிகமாய் இருக்கு! நீங்க இதை சீரியஸாய் எடுத்துக்கிட்டு ட்ரீட்மெண்ட் பண்ணாட்டி அவர் இன்னும் சில மாதங்கள் உயிரோட இருக்கிறதே பெருசு!'

'டாக்டர்!', என்றாள் அவள் அதிர்ந்துபோய்.

'கவலைப்படாதீங்க! குணப்படுத்திடலாம்!', என்ற டாகடர், 'புரோட்டின் குறைவாய் இருக்கிற

உணவைத்தான் சாப்பிடணும்! டயட்டீசியனைக் கேட்டா விவரம் சொல்லுவார்! கொலஸ்ட்ரால், பிரஷர் மாத்திரைகளை தொடர்ந்து சாப்பிடச் சொல்லுங்க! கூடவே கொஞ்சம் கால்ஸியம், விட்டமின் டி மாத்திரைகளும் கொடுக்கிறேன்!'

'இவைகளைச் சாப்பிட்டா குணமாகிடுமா டாக்டர்?'

'இல்லம்மா! இவையெல்லாம் நிலைமை இன்னும் மோசமாகாம தடுக்கத்தான்! மூணு தடவை டயாலிசிஸ் பண்ணிப் பார்க்கலாம்! ஏதாவது இம்ப்ரூவ்மெண்ட் ஆனா நல்லது! ஆனாலும், இனிமே இப்படி அடிக்கடி டயாலிசிஸ் பண்ணத்தான் வேண்டியிருக்கும்!'

'முழுதும் குணமாக்க வழியேயில்லையா டாக்டர்!'

'ஒரு வழி இருக்கு மேடம்! கிட்னி ட்ரான்ஸ்பிளாண்ட்! சிறுநீரக மாற்று அறுவைச் சிகிச்சை! இது ஒண்ணுதான் இப்போ நிரந்தரமான வைத்தியம்!'

'அதுக்கு?'

'நிறையச் செலவாகும்! இன்சூரன்ஸ் இருந்தா பார்த்துக்கலாம்! யாராவது டோனர் கிடைக்கிறாங்களான்னு தேடணும்!'

'யார் கிட்னி கொடுத்தாலும் பரவாயில்லையா?'

'அப்படியில்லை! பொருத்தமா இருக்கணும்! வியாதி இருப்பவங்க கிட்னியை மாட்டிட்டா, வாழ்க்கை முழுதும் மருந்து சாப்பிடுற மாதிரி ஆகிடும்! சொந்தத்தில கிட்னி டோனர்ஸ் கிடைச்சா நல்லது! அதுக்கு ஏற்பாடு பண்ணுங்க!'

'அவருக்குத் தெரிஞ்சா தாங்க மாட்டாரு ஸார்!'

'இல்லம்மா! ஹி ஷுட் மெண்டலி ப்ரிபெர்ட் பார் திஸ் ட்ரீட்மெண்ட்! அவரை உள்ள கூப்பிடுங்க! நானே நேர பேசுறேன்!', என்றார் டாக்டர்.

$$$$$$$$$$$

'ஒரு சின்னப் பொண்ணையும் உன்னையும் தனியே தவிக்கவிட்டுப் போயிடுவேனோன்னு பயமா இருக்கு!', என்றான் அகிலேஷ் தழுதழுத்த குரலில்.

'கவலைப் படாதீங்க! நாம கும்பிடுற தெய்வம் நம்மைக் கைவிடாது! சிறுநீரக மாற்று

அறுவைச் சிகிச்சை செஞ்சாத்தான் எல்லாம் சரியாகிடும்னு டாக்டர் சொல்றாரே!'

'அதுக்கு டோனர்ஸ் கிடைக்கணுமே? நான் வெளிநாட்டுக்குப் போனதில் இருந்து சொந்தக்காரங்களை அண்ட விடுறதில்லை! இப்ப கேட்டா, யார் உதவி பண்ணுவா?'

'உங்க அம்மாகிட்டே கேட்டுப் பாருங்களேன்', என்றாள் மாதவி.

'அம்மாகிட்டேயா?", என்றான் அகிலேஷ் அதிர்ந்த குரலில்.

'அம்மா!

அடுத்த பிறவியில் நான் ஆடாக மாடாகப் பிறக்க வேண்டும்! - உன்

காலுக்குச் செருப்பாக தேய வேண்டும்!'

பேஸ் புக்கில் ஸ்டேடஸ் போட்டுவிட்டு, அறை நண்பர்களோடு சாப்பிடப் புறப்படும் நேரத்தில் அந்த போன் அடித்தது.

'வேலை முடிஞ்சு ரூமுக்கு வந்துட்டிங்களா?', என்றாள் மாதவி.

'இப்பதான் வந்தேன்! மெஸ்சுக்கு புறப்பட்டுக்கிட்டு இருக்கோம்!'

'புதுசா ஏதோ ஸ்டேடஸ் போட்டுருக்கீங்க போலருக்கே?'

'அதுவா? இன்னிக்கு அன்னையர் தினம் இல்லையா?'

'உங்க அம்மாவோட காலுக்குச் செருப்பாய் இருப்பீங்க? எனக்கு?'

'உன் கையில வளையலா, கழுத்தில நெக்லஸா, இடுப்பில ஒட்டியாணமா உன் உடம்பெல்லாம் பரவியிருப்பேன்!'

'புரியுது! எப்ப பார்த்தாலும் எனக்கு நகை வாங்கிட்டு வரச் சொல்றேன்னு குத்திக் காட்டுறீங்க!'

'என்ன மாதவி இப்படி எல்லாம் பேசுறே? ஒரு ஸ்டேடஸ் போட்டது குற்றமா? அப்பா என் சின்ன வயசில இறந்த பிறகு அம்மா எவ்வளவு கஷ்டப்பட்டு என்னைப் படிக்க வச்சு ஆளாக்கினாங்க தெரியுமா?'

'புரியுது! உங்க அம்மாவா இருந்ததால்தான் பிள்ளையை வளர்த்திருக்காங்க! மத்த பெண்கள் எல்லோரும் குழந்தையைத் தூக்கி நடு ரோட்ல போட்டுட்டுப் போயிருப்பாங்க!'

'மாதவி!'

'இருங்க! நீங்க ஆறு மாசத்துக்கு ஒருதரம் பத்துநாள் வர்றீங்க! சைலஸாவை யார் பார்த்துக்கிறா? நான் பிள்ளையைக் கஷ்டப்பட்டு வளர்க்கிறேன்னு ஊர் பூரா போய்ச் சொல்லிக்கிட்டா திரியுறேன்!'

'அம்மா மட்டும் சொல்றாங்களா?'

'வீட்டுக்கு யார் விருந்தாளி வந்தாலும் இந்தப் புராணம்தான்! அதுவும் எங்க அம்மா, அப்பா வந்திட்டா முகத்தைத் தூக்கி வச்சுக்கிறாங்க! அவங்க என்ன, உங்க அம்மா வீட்டுக்கா வர்றாங்க? தன் பொண்ணு வீட்டுக்கு வர்றாங்க!'

'உன்கிட்டே பலமுறை சொல்லியிருக்கேன்! அப்பா இறந்ததில் இருந்து அம்மாவோட குணம் மாறிப் போச்சு! யாரையும் மதிக்கிறது இல்லை! வாயில வந்ததை எல்லாம் பேசுறாங்க! இருந்தாலும் அவங்க என்னோட அம்மா இல்லையா?'

'அதுக்காக? தினம் தினம் சண்டை போட்டுக்கிட்டே இருந்தா? நீங்க வர்றத்துக்குள்ள நான் செத்துப் போயிடுவேன் போலிருக்கு!'

'நான் பேசுறேன் மாதவி!'

'என்னத்தைப் பேசப்போறீங்க? இனி இந்த வீட்ல ஒண்ணு நான் இருக்கணும்! இல்லையின்னா, அந்த முண்டை இருக்கணும்!'

'என்ன மாதவி இப்படி எல்லாம் பேசுறே?', என்றான் வருத்தத்துடன்.

'வேற? அன்னிக்கு சைலஸா நடந்து போகும்போது உங்க அம்மா குறுக்கே காலை நீட்டுறாங்க! பொம்பிளைப் பிள்ளே! கால் கை ஒடிஞ்சு போனா, அவ வாழ்க்கை என்னாகும்?'

அவன் மௌனமாய் இருக்க,

'நேற்று பாருங்க, சைலஸா சொமேட்டோவில ஒரு தோசை ஆர்டர் பண்ணியிருந்தா! ஒரு தோசை நூற்றைம்பது ரூபாயா? இருபது ரூபாய்க்கு மாவு வாங்கினா எல்லோரும் சாப்பிடலாமே! என் பிள்ள அங்கே கஷ்டப்பட்டு சம்பாதிக்க இங்கே ஆட்டம் போடுறாங்கன்னு சொல்றாங்க! சைலஸா சாப்பிடாம அழுதுகிட்டே போய்ப் படுத்திட்டா!'

'அம்மா எங்கே?', என்றான் எரிச்சலுடன்.

'இங்கதான், நாம பேசுறதைக் கேட்டுக்கிட்டே நிக்கிறாங்க!'

'அவங்ககிட்டே கொடு!', என்றவன், சிறிது நேரம் கழித்து, 'அம்மா!'

'சொல்லு!', என்றது ஒரு உணர்ச்சியில்லாத குரல்.

'நீ ஏம்மா இப்படி நடந்துக்கிறே? வெளி நாட்ல இருக்கிற எனக்கு இப்படி தினம் தினம் ஒரு பிரச்னையைச் சொன்னா, என் நிலைமை என்னாகும்?'

'நான் இதுவரை உன்கிட்டே ஒரு குறையும் சொல்லலியே!', என்ற அம்மா, 'அகிலேஷ், உன் பொண்டாட்டி சொல்றதில் ஒரு விஷயம் சரி! குரங்கு தன் குட்டியைத் தூக்கிக்கிட்டே சுத்துது! குட்டி தாவத் தெரிஞ்சதும் தனியே போயிடுது! நாமும் குரங்கில் இருந்து வந்தவங்கதானே! அப்படித்தான் இருக்கணும்!'

அவன் மௌனமாக,

"நான் இங்கே வர்றேன்! என்னைக் கவனிச்சிக்கன்னு உன்கிட்டே கேட்கலே! இங்கே வர்றதில எனக்கு விருப்பமும் இல்லை! உன் வற்புறுத்தலால வந்தேன்! என் வீடு இது இல்லைன்னு எனக்கு நல்லாத் தெரியும் அகிலேஷ்! அது ஊர்ல இருக்கு! அங்கே இவ்வளவு வசதி இல்லாட்டாலும் கௌரவம் இருக்கு! நான் காலையில என்னோட வீட்டுக்குப் போறேன்! என்னைப் பார்க்கணும்ன்னு உனக்குத் தோணுச்சின்னா, நீ அங்க வா!', என்றாள் அம்மா.

'அதுக்குப் பிறகு நான் அம்மாகிட்டே பேசக்கூட இல்லே! இப்ப போய் எனக்கு சிறுநீரகம் கொடுங்கன்னு எப்படிக் கேட்கிறது?', என்றான் அகிலேஷ்.

'நமக்கு வேற வழியில்லை! பிள்ளைக்கு ஒண்ணுன்னா, கொடுக்காம சாகும்போது அதையும் கொண்டுட்டா போகப்போறாங்க?', என்றாள் மாதவி.

$$$$$$$$$$$$$$

அம்மா ரொம்ப சந்தோஷமாக இருந்தாள்.

மகன், மருமகள் பேத்தியை உச்சி நுகர்ந்து பெருமைப்பட்டாள்.

'எத்தனை வருஷமாச்சு, நீங்க இங்கே வந்து!', என்றவள், 'கொஞ்சம் இருங்க, பக்கத்து வீட்டு பாருகிட்டே ஒரு கோழி வாங்கிட்டு வர்றேன்!'

'அத்தே, வேணாம்!', என்றாள் மாதவி, 'அவருக்கு ஆகாது!'

அம்மா முகத்தில் கலவரம் பரவ, 'ஏன் என்ன ஆச்சு?'

டாக்டர் சொன்ன விவரங்களைச் சொன்ன மாதவி, 'மூணு தடவை டையாலிசிஸ் பண்ணிட்டோம்! சிறுநீரகம் மாத்துறதுதான் ஒரே வழின்னு டாக்டர் சொல்லிட்டார்!'

'செய்ய வேண்டியதுதானே?'

'அதுக்குத்தான் இங்கே வந்தோம்!'

'பணம் ஏதாவது வேணுமா?'

'இல்லம்மா, உங்க சிறுநீரகத்தைக் கொடுக்கணும்', என்றான் அகிலேஷ்.

அம்மாவின் முகம் மாறியது, 'அதுதானே, வீட்டை விட்டு வெளியே அனுப்பிட்டு இப்ப தேடி வந்திருக்கீங்களேன்னு பார்த்தேன்! காரியத்தோடதான் வந்திருக்கீங்க!'

'ஏதோ சின்னப்பிள்ளைத் தனமா நடந்துக்கிட்டேன் அத்தை!'

'நான் ஏதோ சாப்பாட்டுக்கு வழியில்லாமலா அங்கே வந்தேன்? என் பேத்திகிட்டே கூட இல்லாததும் பொல்லாததும் சொல்லி என் கூட நெருங்க விடாம பண்ணிட்டே! ஆனா, என் கோபம் எல்லாம் இவன் மேலதான்! சுய புத்தி வேணாமா?'

'நான் செய்தது எல்லாம் தப்புதான்! மன்னிச்சிடும்மா!', என்றான் அகிலேஷ், 'சொந்தக்காரங்க சிறுநீரகம் கொடுத்தா நல்லதுன்னு டாக்டர் சொல்றார்!'

'அப்போ, உன் மாமனார் மாமியார்கிட்டே கேளு! அவங்கதானே இப்ப உனக்கு நெருங்கிய சொந்தக்காரங்க!'

'ரத்த சம்மந்தமா..!'

'உனக்கும் எனக்கும் என்ன இரத்த சம்மந்தம்? எல்லாம் முடிஞ்சு போச்சு! இப்ப, பரிவாய்ப் பேசுவீங்க! ஆபரேஷன் முடிஞ்சதும் வீட்டுக்குப் போன்னு விரட்டிட்டீங்கன்னா, என் கதி என்னாகும்?'

'என்னம்மா இப்படி எல்லாம் பேசுறே?'

'வடு இன்னும் மறையாம இருக்கு அகிலேஷ்! ஒண்ணு செய்யிறேன்! பெத்த கடனுக்கு வேணுமானா, பணம் கொடுக்கிறேன்! அவ்வளவுதான் என்னால முடியும்!', என்றாள் அம்மா கண்டிப்பான குரலில்.

$$$$$$$$$$$$$$

டாக்டர் ஒரு பேஷண்டைப் பார்த்து விட்டு அறையை விட்டு வெளியே வந்தபோது லிப்ட் அருகே அம்மாவைப் பார்த்ததும் தயங்கி நின்றார்.

'டாக்டர், அகிலேஷ் நல்லா இருக்கானா?', என்றாள் அம்மா.

'இப்ப நல்ல இம்ப்ரூவ்மென்ட் இருக்கும்மா! பார்க்க வர்றீங்களா?'

'வேணாம் டாக்டர்!'

'ஆபரேஷனுக்கு முன்னாடி இருந்து தினம் வர்றீங்க! ஆனா, மகனைப் பார்க்க போக மாட்டேங்கிறீங்க! எனக்குப் புரியல!'

'உங்களுக்குத்தான் எல்லாம் சொன்னேனே டாக்டர்! அவங்களுக்கு என் மேல கோபம் இருக்கிறது நியாயம்தான்! நானும் அன்னிக்கி வீடு தேடி வந்தவங்ககிட்டே அப்படிப் பேசியிருக்கக் கூடாது! எனக்கு என் மகன் வீட்ல இருக்கிற உரிமை, மாதவியைப் பெற்றவங்களுக்கும் இருக்கு என்பதை உணராம அவ மேல கோபப்பட்டேன். ஒருவேளை எனக்கும் ஒரு பெண் இருந்திருந்தா, அது புரிஞ்சிருக்கும்'

அவளுக்கு எப்படி ஆறுதல் சொல்வது என்று தெரியாமல், 'கவலைப் படாதீங்க அம்மா! எல்லாம் நல்லபடியா நடக்கும்!', என்றவர் மெல்ல நகர்ந்து, ஒவ்வொரு அறையாய் நுழைந்து நோயாளிகளைப் பார்த்துவிட்டு கடைசியாய் அகிலேஷ் இருக்கிற அறைக்குள் புகுந்தார்.

'போஸ்ட் ஆபரேஷன்ல நல்ல இம்ப்ரூவ்மென்ட் இருக்கு அகிலேஷ்!', என்றவர், 'நடக்கிறீங்களா?'

'இந்த ப்ளோர்ல கொஞ்ச தூரம் நடக்கிறேன் டாக்டர்!'

'படியில இறங்கிப் போறீங்களா?'

'படியிலா?', என்றவன், 'தையல் பிரிஞ்சு போனா..?'

'நான் தான் இருக்கேனே! தச்சிடுவேன்!', என்றவர், 'மனோ தைரியம் வேணும் அகிலேஷ்! அப்பத்தான் சீக்கிரம் டிஸ்சார்ஜ் பண்ணுவேன்!'

'சரி ஸார்!'

தன் கூட வந்த நர்ஸ்களை வெளியே அனுப்பிவிட்டு, அங்கிருந்த நாற்காலியில் அமர்ந்த டாக்டர், 'அகிலேஷ் உங்க அம்மாவைப் பார்த்தீங்களா?'

அவன் முகம் கருத்தது.

'அந்தப் பொம்பிளையைப் பற்றி
பேசாதீங்க டாக்டர்!', என்றாள் மாதவி.

'உங்க கோபத்தில நியாயம் இருக்கு!
எப்போதும் நமக்கு நல்லது செய்யுறவங்க ஒரு
தடவை செய்யாட்டி அவங்க மேல கோபம்
வந்திடுது! அவங்க செய்த பழைய தியாகம்
எல்லாம் மறந்து போயிடுது! உங்க மேல தப்பு
இல்லை அகிலேஷ்! இது மனித இயல்பு!'

அந்த அறை அமைதியாக,

'உங்களுக்கு ஒரு விஷயம் தெரியாது!
உங்க ஆபரேஷனுக்கு கொஞ்ச நாள் முன்னாடி
உங்க அம்மா என்னைச் சந்திச்சாங்க! தன்னோட
கிட்னியை உங்களுக்குப் பொருத்த
முடியுமான்னு கேட்டாங்க! டெஸ்ட்
பண்ணினோம்! இல்லை! அந்த வாய்ப்பே
இல்லாமல் இருந்தது. இதில தன் உயிர்
போனாலும் சரின்னு உங்க அம்மா பிடிவாதமாய்
இருந்தாங்க! நான் ஒரு டாக்டர்! ஒரு உயிரை
எடுத்திட்டு, இன்னொரு உயிரைப் பிழைக்க
வைக்க நான் விரும்பலே! இந்த விஷயம்
உங்களுக்குத் தெரியவேணாம்னு அவங்க
சொல்லிட்டாங்க! இன்னும் தினசரி
ஆஸ்பத்திரிக்கு வந்து உங்க உடல் நலம் பற்றி
விசாரிக்கிறாங்க!'

'ஆனா, டாக்டர் அம்மா எங்ககிட்டே ஏன் அப்படிப் பேசினாங்க?'

'உங்களுக்குப் புரியலையா அகிலேஷ்? உங்களுக்கு விஷயம் தெரிஞ்சா, உங்க மனசு கஷ்டப்படும்னுதான் உங்ககிட்டே இவ்வளவு நாளாய் உண்மையைச் சொல்லாம இருந்திருக்காங்க! அன்னிக்கு நாங்க டெஸ்ட் பண்ணியபோதுதான் தெரிஞ்சது. அவங்ககிட்டே இருக்கிறது ஒரு சிறுநீரகம்தான்! அவங்களோட இன்னொரு சிறுநீரகத்தை உங்க படிப்புச் செலவுக்காக ஏற்கனவே வித்துட்டாங்களாம்!', என்றார் டாக்டர்.

$$$$$$$$$$

சாமி குத்தம்

ஊருக்குள் நுழைவதற்கு சற்று முன்னாலேயே சாலை முடிந்து போயிருந்தது. சற்று தூரம் மண் சாலையில் சென்றதும், ஒரு பெரிய பொட்டல் வெளியில் காரை நிறுத்தினேன். குளக் கரையில், மரங்களின் அடியில் அமர்ந்திருந்தவர்கள் மீது, மாலை நேரத்து வெய்யில் மஞ்சள் நிறம் தூவிக் கொண்டிருந்தது. காரில் இருந்து கீழே இறங்கி, யாரிடம் விசாரிக்கலாம் என்று ஒரு கணம் தயங்கினேன்.

அருகில் சற்று உயரமாகக் கட்டப்பட்டிருந்த ஒரு மேடையின் மீது சிலர் நிம்மதியாய்த் தூங்கிக் கொண்டிருந்தார்கள் அவர்களில் ஒருவரை என் கார் சத்தம் எழுப்பி விடவே, எழுந்து உட்கார்ந்து, 'யாரு?', என்பதுபோல் பார்த்தார்.

நான் அவரை நெருங்கி, 'இங்க முருகேசன் வீடு எங்க இருக்கு?'

'எந்த முருகேசன்?', என்றார்.

'சேதுபதி காலேஜ்ல பி.எஸ்.ஸி படிச்ச முருகேசன். நான் அவன் கூடப் படிச்சவன்!'

'அவன் காலேயிலேயே புறப்பட்டுப் போனான். வந்திட்டானா, தெரியலையே!', என்றவர், 'போன் பண்ணிப் பார்த்தியா தம்பி?'

'கிடைக்கலேங்க! என்னை வரச் சொல்லியிருந்தான்!'

'இன்னிக்குத் திருவிழால, வந்திருப்பான். வீட்ல போய்ப் பாரேன். இப்படியே நேரே போனீன்னா, முக்குல ஒரு கோயில் இருக்கும். அங்கே கேளு, வீட்டைக் காட்டுவாங்க.'

'கார் போகுமா?'

'இங்கேயே நிறுத்திட்டுப் போ தம்பி. பஸ் வரும். ஓரமாய் நிறுத்திட்டுப் போ!', என்றார்.

தெரு குறுகலாய் இருந்தது. வீடுகளின் முன்னால் படர்ந்திருந்த புதுக் கோலங்கள் அடர் வண்ணங்களில் பளிச்சிட்டன. சற்று தூரம் நடந்ததும், தெரு வலது இடமாய்ப் பிரிய, அந்த இடத்தில் ஒரு சிறிய கோயில் புதிதாய் வண்ணம் தீட்டப்பட்டு, தோரணங்களோடு இருந்தது.

இதுதான் அவர் சொன்ன கோயில் என்பதை யூகித்து, யாரிடம் கேட்கலாம் என ஒரு

நிமிடம் யோசித்தேன். அருகில் இருந்த
பெட்டிக்கடைத் திண்டில் மூன்று பேர் உட்கார்ந்து
சுவாரஸ்யமாய்ப் பேசிக்கொண்டிருந்தார்கள்.
கோயிலுக்கு எதிரே இருந்த ஒரு வீட்டுத்
திண்ணையில் அமர்ந்திருந்த பெண்மணி
என்னையே பார்த்துக் கொண்டிருந்தார்.

அவரை நெருங்கி, அவர் பார்வையைப்
புரிந்தது போல, 'நான் முருகேசனோட பிரண்ட்.
அவன் வீடு எங்க இருக்கு?', என்றேன்.

என் வார்த்தைகள் காதில்
விழாததுபோல, தலையைக் குனிந்து, வலது
கையை நீட்டி, 'இது என்ன?', என்றார்.

அவர் கை நீட்டிய திசையைப் பார்த்து,
'செருப்புங்க!', என்றேன் புரியாமல்.

'இதை ஏன் கால்ல போட்டிருக்கே?'

'எங்க ஊர்ல எல்லாம் இதை
கால்லதாங்க போடுவோம்!'

அவருக்குக் கோபம் வந்து விட்டது அவர்
முகத்திலேயே தெரிந்தது.

'ஊர்ல முளக்கட்டு நடக்குது. இந்த
நேரத்தில செருப்பு போட்டா நடப்பாங்க?'

'ஆனா, நான் ரோட்லதானே நிற்கிறேன்?'

அதற்குள், பெட்டிக்கடையில் உட்கார்ந்திருந்த மூன்று பேரும் எங்களை நெருங்க, 'என்ன ஆச்சு அத்தாச்சி?', என்றான் அவர்களில் ஒருவன்.

'ஒண்ணுமில்ல பாலு! இந்தத் தம்பிகிட்டே ஏம்பா கோயிலுக்கு செருப்பு போட்டுக்கிட்டு வர்றேன்னு கேட்டா, அப்படித்தான் வருவேன்னு சொல்றான்.'

அவர்கள் மூவரும் என்னைச் சூழ்ந்து நின்றார்கள். மது வாடை குப்பெனப் பரவ, 'இப்படிக் கேட்கக் கூடாது அத்தாச்சி', என்றான் பாலு.

$$$$$$$$$$$$$$$$$$

அந்தக் கோயிலின் இராஜகோபுரம் கலை நயத்துடன், கம்பீரமாய் இருந்தது. கோயில் அருகே ஒரு ஓடு வேய்ந்த கிட்டங்கியின் விசாலமான திண்ணையில் அமர்ந்திருந்த பெரியவர், 'எங்க ஊருக்கு எதுக்கு வந்தே?', என்றார்.

அவர் கூடவே பக்கத்தில் உட்கார்ந்திருந்த சிலரிடமும், கீழே சுற்றி நின்ற சிலரிடமும் நான் ஏற்கனவே பலமுறை சொன்ன பதிலையே, பொறுமையாய் மீண்டும் சொல்ல,

'என்கிட்டேயும் அப்படித்தான் சொன்னான். நான்தான் வழி காட்டினேன்!', என்ற குரல் வந்த திக்கில் நான் நன்றியுடன் திரும்ப, குளக்கரை மேடையில் படுத்திருந்த நபர், 'ஆனா, நான் அப்பவே நம்பலே!'

'அதிருக்கட்டும்!', என்றார் தலைவர், 'முருகேசன் உன்னை வரச் சொல்லியிருந்தா வெளியே போயிருப்பானா?'

'நீங்களே அவன் கிட்டே கேட்டுப் பாருங்களேன்?'

'எப்படிக் கேட்குறது? எங்க ஊர்லதான் போனே எடுக்காதே!'

'இதுல இருந்தே இவன் பொய் சொல்றான்னு தெரியுது மாமா!', என்றான் பாலு.

என் தைரியம் குறைந்து கொண்டே வந்தது. இவர்களிடம் எப்படி நிரூபிப்பது என்று பயமாய் இருந்தது.

இராஜகோபுரத்தின் வீரிய விளக்கொளி அங்கே பரவியிருந்தது. அருகே இருக்கும் ஒரு குளத்தில் குளித்துவிட்டு வரும் ஆண்களும், பெண்களும் ஈர ஆடைகளுடன் ஆர்வமாய்க் குழும ஆரம்பிக்க, எனக்குத் தர்மசங்கடமாயும், வெட்கமாயும் இருந்தது.

'அதுசரி, செருப்பு போட்டுக் கிட்டு நடக்கக்
கூடாதுன்னு உனக்குத் தெரியாதா?'

'ரோட்லதானே நடந்தேன்!'

'முளக்கட்டுக்குக் காப்பு கட்டிய பிறகு,
கோயிலுக்கு முன்னாடி ரோட்ல கூட
செருப்போட நடக்கக் கூடாது தம்பி!'

'ஆனா, அய்யா, ராமநாதபுரம் வழிவிடு
முருகன் கோயில்ல பங்குனி உத்திர விழா
நடக்கும் போதுகூட அப்படி யாரும் சொல்றது
இல்லீங்களே!'

'மாமா!', என்று கோபத்துடன் ஆரம்பித்த
பாலுவைத் தடுத்து நிறுத்திய தலைவர், 'தம்பி,
இது எங்க ஊரு வழக்கம்! இங்கே வர்றவங்க
எங்க வழக்கப்படிதான் நடக்கணும்!'

'மாமா!', என்றேன்.

'என்ன, பஞ்சாயத்துத் தலைவரைப் போய்
மாமான்னு கூப்பிடுறே?'

'பாலு அப்படித்தானே கூப்பிட்டார்.
இதுதான் உங்க ஊர் வழக்கம்னு நினைச்சேங்க.'

தலைவர் முகம் மாறி, 'தம்பி, நான் ஒரு
அமைதியான ஆளு. ஆனா, இந்த பாலு
என்னைப் போல இருக்க மாட்டான்'

'இருக்கக் கூடாதுங்க. வீண் சந்தேகம் வரும்!'

களுக்கென்ற ஒரு கைக்கூ சிரிப்பொலி அனைவரையும் அது வந்த திக்கில் திரும்ப வைக்க, அந்தப் பெண்ணின் படபடக்கும் அழகிய பெரு விழிகளில் வெட்கம் நிரம்பியது. கூட்டத்தில் அவள் பளிச்சென்று தெரிந்தாள். துவைத்துப் பிழிந்து கூந்தலைச் சுற்றியிருந்த துண்டில் இருந்து ஈரம் வடிந்துகொண்டிருந்தது. அனைவர் பார்வையும் தன்மீது பதிவதைக் கண்டு சட்டென அவள் தோழியின் பின்னால் மறைய, என் முகத்தில் புன்முறுவல் அரும்பியது.

அது பாலுவின் கோபத்தைக் கூட்ட, 'பொம்பளைங்களுக்கு இங்க என்ன வேலை? போய் பாரியைக் கொண்டு வர ஏற்பாடு பண்ணுங்க!', என்றான் எரிச்சலுடன்.

'அதுசரி, அதுக்கு முன்னாடி ஆம்பளைங்க ஒயிலாடப் போங்க!', என்று ஒரு பெண் சொல்ல அங்கே மெல்லிய சிரிப்பொலி எழுந்தது.

'மாமா, இந்த மாதிரி சாமிகுத்தம் பண்ணுறவங்களை சும்மா விடக்கூடாது!'

'அய்யா, தண்ணி போட்டுக்கிட்டு சாமிக்கு முன்னால ஓயில் ஆடுறது மட்டும் சாமிகுத்தம் இல்லீங்களா?'

'தம்பி சரியாத்தான் பேசுது!', என்றது ஒரு பெண் குரல்.

'மாமா, திருவிழா நடக்கிற நேரத்தில ஏன் விதண்டாவாதம்?', என்றான் பாலு, 'பேசாம தூண்ல கட்டி வச்சிட்டுப் போவோம். திருவிழாவை முடிச்சிட்டு வந்து விசாரிக்கலாம்'

'வேண்டாங்க!', என்றேன், 'நாளைக்கு போலீஸ் வந்து கேட்டா என்ன பதில் சொல்லுவீங்க?'

'அது ஒண்ணும் பெரிய பிரச்னை இல்லை தம்பி. கோயில்ல திருட வந்தான். கட்டி வச்சோம்னு சொல்லுவோம்!'

'நிரூபிக்கணும்ல?'

'முதல்லேயே உன் கார் சாவியை ஏன் வாங்கி வச்சுக்கிட்டோம்னு நினைக்கிறே? டிக்கியில கொஞ்சம் கோயில் நகைகளை வச்சுட்டாப் போச்சு!', என்றவர் தன் வாதத் திறமையை மெச்சிக் கொள்ளும் விதமாய் . சுற்றிலும் பார்த்தபடி புன்னகைத்தார்.

எனக்குப் பகீரென்றது. அடுத்து என்ன செய்யப் போகிறார்களோ என்று பயமாக இருந்தது. உடம்பில் மெல்லிய நடுக்கம் பரவியது.

எல்லோரும் ஆவலோடு பார்த்திருக்க, பாலுவும், அவன் நண்பர்கள் இருவரும் என்னை நெருங்கினர்.

அதே நேரம் கோவிலில் இருந்து விநாயகனே வெவ்வினையை வேரறுக்க வல்லான் என்று பக்தி இசை கணீரென முழங்க, அனைவர் கவனமும் ஒரு நொடி சிதறிய நேரத்தில், ஒருவன் மூச்சிரைக்க ஓடிவந்து, 'அம்மா வர்றாங்க!', என்றான்.

சூழ்நிலை உடனே மாற, அனைத்துப் பார்வைகளும் அவன் வந்த திக்கில் திரும்ப, நானும் ஆவலோடு பார்த்துக் கொண்டிருந்தேன்.

ஐந்து ஆறு பேர் கொண்ட ஒரு சிறு குழுவின் மத்தியில் அவர் வந்து கொண்டிருந்தார். அவர் வருகை கூட்டத்தில் உண்டாக்கும் அதிர்வலைகள் அவர் பெருமையைச் சொல்லப் போதுமாய் இருந்தன. சற்று உயரமாக, பருமனாய் இருந்தார். நரைத்த ஜடாமுடி கழுத்தைச் சுற்றித் தொங்கியது. அகன்ற முகத்தில், நெற்றியின் உயரத்தை விட்டமாக வைத்து ஒரு பெரிய வட்டப் பொட்டு

செந்தூர நிறத்தில் இருக்க, அதே நிறத்தில் ஒரு சேலை அணிந்திருந்தார்.

'கோவில்ல திருவிழான்னு வரச் சொல்லிட்டு, இங்க என்ன பண்ணுறீங்க?', சுற்றிலும் சுழன்ற அவர் பார்வை என் மீது நிலைக்க, 'யார் இது?'

முடிந்தவரை முன்கதைச் சுருக்கத்தை தலைவர் மூன்று பாராக்களில் சொல்லி முடிக்க,

'இந்தத் தம்பிமேல உங்களுக்கு எப்படிச் சந்தேகம் வந்துச்சு?'

'அம்மா, ஒருத்தர் முழியைப் பார்த்தே முழு ஜாதகமும் சொல்றவங்க நாங்க! எங்ககிட்ட ஏமாத்த முடியுமா என்ன?'

அம்மா முகத்தில் புன்னகை மிளிர, 'இருக்கலாம்! ஆனா, பஞ்சாயத்து பண்ண இதுவா நேரம்? இவனைப் பாதுகாப்பா ஒரு இடத்தில இருக்க வையுங்க. காலையில பேசிக்கலாம்!'

எல்லோரும் அம்மா பின்னாடியே நகரத் துவங்க,

'ராஜு, நைட் இவனை உங்க வீட்ல வச்சுப் பார்த்துக்கிறியா?', என்றார் தலைவர்.

$$$$$$$$$$$$

அந்த வீட்டைச் சமீபத்தில் புதுப்பித்திருந்தார்கள். டைல்ஸில் டியூப்லைட் தெரிந்தது. வராண்டாவின் முன்னால் அடைக்கப்பட்டிருந்த பட்டியல் தடுப்பு ஏனோ சிறையை நினைவுபடுத்த, பெஞ்சில் இருந்து எழுந்து, கதவைத் திறந்து படியில் நின்றேன்.

ஏதாவது சாப்பிடத் தரட்டுமா என்று வீட்டு உரிமையாளர் கேட்டதற்கு, வேண்டாம் என்று மறுத்துவிட்ட வீம்பு தவறு என்பதை பசி உணர்த்தியது. கொண்டு வந்திருந்த பிஸ்கட் எல்லாம் காரில் இருந்தன.

கோவிலில் யாரோ இனிய குரலில் இறைவணக்கம் பாடிக் கொண்டிருந்தார்கள். சற்று நேரத்தில் ஒயிலாட்டமும், கும்மியும் ஆரம்பித்துவிடும் என்று தோன்றியது. தெருவை அடைந்து வலது பக்கம் பார்த்த போது, கோவில் முன் கூட்டமாய் இருந்தது. இடதுபக்கச் சாலை அமைதியாய் இருந்தது. இப்படியே போய் குளக்கரை வழியே தப்பித்துப் போய் விட்டால் என்ன என்று நினைத்தேன். மறு நொடியே காரின் ஞாபகம் வந்தது. என் மீதான கோபத்தை அவர்கள் கார் மீது காட்டிவிட்டால்?

ஒயிலாட்டம் ஆரம்பித்திருந்தது. நான்கு வரிசையாய் நின்ற ஆட்டக்காரர்கள், முன்னால் நின்ற வாத்தியாரின் பாட்டுக்கும், ஜதிக்கும்,

நடன அசைவுக்கும் ஏற்ப ஆடிக் கொண்டிருந்தார்கள். அவர்களது கை அசைவுக்கு ஏற்ப, கரத்தில் பிடித்திருந்த சிறு துண்டு சுழன்று கொண்டிருந்தது.

மெய்மறந்து பார்த்துக் கொண்டிருந்தவனை, 'யாருடா அது? கோமதி மகனா?', என்ற குரல் திடுக்கிட வைக்கத் திரும்பினேன். என்னைப் பார்த்துக் கொண்டிருந்த அந்த மூதாட்டியின் முகத்தில் கேலிப் புன்னகை இருந்தது.

'இல்ல பாட்டி, நான் வெளியூரு!'

அவர் அதைக் காதில் வாங்காமல், 'ஒயிலாடப் பயந்துகிட்டு ஒளிஞ்சு நிக்கிறதைப் பாரேன்!', என்று முணுமுணுத்தபடியே போக,

எரிச்சலுடன் திரும்பி மறுபடி அந்த மரப் பெஞ்சில் உட்கார்ந்தேன்.

ஒயிலாட்டத்தில் இராமாயணக் காதை ஓடிக்கொண்டிருந்தது. அந்த இடைவெளியில் தாளம் பிசகாத கும்மி இசை இனிமையாய் ஒலித்தது.

போய்ப் பார்க்கலாமா என்ற ஆசையைக் கட்டுப்படுத்திக் கொண்டேன். நேரம் நள்ளிரவை நெருங்கிக் கொண்டிருந்தது. பேன் காற்று

குளிர்ந்த காற்றை விசிறிக் கொண்டிருக்க,
இப்படியே பெஞ்சில் படுத்துத் தூங்கலாமா
என்று நினைத்த நேரத்தில், தெருவில் மறுபடி
ஒரு பரபரப்பு எழ, மூன்று பேருடன் வந்த
அம்மா, வீட்டு முன் நின்று, 'இந்த வீடுதானா',
என்றார்.

பணிவுடன் தலையாட்டிய அந்த நபர்,
வீட்டுக்குள் வந்து படுக்கை அறைக் கதவைத்
திறக்க, 'போதும்! நான் கொஞ்சம் ஓய்வு
எடுக்கிறேன். நீங்க திருவிழா பார்த்திட்டு
வாங்க', என்றவர் பார்வையில் நான் பட, 'என்ன
தம்பி, நீயும் இங்கதான் இருக்கியா?'

'ஆமாங்க!', என்றேன்.

'ஏதாவது சாப்பிட்டியா? பழம் இருக்கு,
வேணுமா?'

'வேணாங்க, பசிக்கல!', சொன்னதுமே
சொல்லியிருக்க வேண்டாம் என்று தோன்றியது.

அவர் முகத்தில் இனம் காண முடியாத
ஒரு புன்னகை தவழ, பதில் சொல்லாமல்
உள்ளே போய்க் கதவைத் தாழிட்டுக் கொண்டார்.

தனிமை சஞ்சலத்தை உண்டாக்கியது.
போதிய திட்டமின்றி வந்த தவறு உறுத்தியது.
காலையில் என்ன ஆகும்? ஒரிரண்டு பேரைத்

தவிர, ஊர் மக்கள் அப்பாவிகளாய்த்தான் இருக்கிறார்கள். ஆனால், அந்த ஒரிரண்டு பேர்தானே முடிவுகளை எடுக்கிறார்கள்/

அம்மாவுக்கு இந்த ஊரில் நல்ல மதிப்பிருக்கிறது. அவர் சொன்னால் எல்லோரும் கேட்பார்கள் என்று தோன்றியது. அவர் காலில் விழுந்து காலையில் விடுவிக்கும்படி கெஞ்சலாம். அவர் மனது இலக வாய்ப்பிருக்கிறது. அம்மா, தனியேதான் இருக்கிறார். காலில் விழுவதும் யாருக்கும் தெரியப் போவதில்லை.

முடிவு கொஞ்சம் தெம்பைத் தர பூட்டியிருந்த கதவைத் தட்டினேன். பயந்து அலறி விடுவாரோ என்ற தயக்கமும் இருந்தது.

'யாரது?, என்றது பின் கதவுக் குரல்.

'நாந்தாம்மா!'

'வெளியூர்த் தம்பியா?'

'ஆமாம்மா!'

'உன்கூட யார் இருக்கா?'

'யாரும் இல்லம்மா. நான் மட்டும்தான் இருக்கேன்!'

அவர் கதவைப் பாதி திறந்து, 'என்ன தம்பி, வகையா மாட்டிக் கிட்டே போலருக்கே?'

'ஆமாங்க! என்ன நடந்துச்சுன்னா..?'

'தெரியும்! கூட யாரையும் கூப்பிடாம தனியாவா வந்தே?'

'போன்ல முருகேசன் கூப்பிட்டதை வச்சு வந்திட்டேன்!"

'காலையிலேயும் அந்த முருகேசன் வராட்டி?'

'வேற வழியேயில்லை! முட்டாள்தனம் பண்ணிட்டேன். நீங்கதான் காப்பாத்தணும்.'

'படிச்ச புள்ளைங்க இப்படித்தான் விவரமில்லாம இருக்கீங்க. ஒரு செருப்பு உன்னை என்ன பாடுபடுத்திருச்சு பார்த்தியா?'

என்னைக் காப்பாற்றுங்க என்று சொல்லி அவர் காலில் விழ இதுதான் சரியான தருணம் என்று தோன்றியது.

'வெளியே யாராவது வர்றாங்களா பாரு!', என்றார்.

வீதி வெறிச்சிட்டுக் கிடந்தது. கடலைத் தாண்டி ஹனுமன் லங்கைக்குத் தாவும் வேகம் ஒயில் பாட்டில் ஒலித்தது.

'யாரும் இல்லீங்க!', என்றபடி திரும்பிப் பார்த்தவன் திகைத்துப் போய் நின்றேன்.

அம்மா, தன் நெற்றியில் கை வைத்து தலை முடியைக் கழற்றி, ஹேங்கரில் மாட்டிவிட்டு, தோள்வரை வழிந்த கருங்கூந்தலின் இடையே விரல்களால் நீவிக் கொண்டிருந்தார்.

விக்கித்து நின்ற என்னைக் கண்டு புன்னகையுடன், 'இன்னிக்கு மட்டும் மூணு கோயிலுக்குப் போக வேண்டியதாச்சு. தலை முழுசும் ஒரே அரிப்பு! விக்கை மாற்றணும்!', என்றவர் 'என்னடா, என்னைத் தெரியலையா?'

நான் குழப்பத்துடன் தலையாட்ட,

'அடப் பாவி! ஞாபகமில்லையா? உன் கூடப் படிச்ச பார்வதிடா', என்றாள் அவள்.

$$$$$$$$$$$$$$$$$$$$$$$$$$$

இக்கரைப் பச்சை

அந்த அறை சுத்தமாகவும் அமைதியாகவும் இருந்தது ஆத்மாவுக்குப் பிடித்திருந்தது. சற்று நடந்து டாக்டர் இருக்கும் மேஜையை நெருங்க, அவர் மாஸ்க்குக்கு ஊடே, 'உட்காருங்க', என்றார். குரலும் வயதாகிக் கனிந்து போயிருந்தது. கண்களில் காருண்யம் தெரிந்தது. நகரில் இவர்தான் பிரபலமான மனோ தத்துவ மருத்துவர் என சொல்லியிருந்தார்கள்.

'சொல்லுங்க மிஸ்டர் ஆத்மா!', என்றார் புன்னகை மாறாமல்.

'டாக்டர், நான் எந்தக் கட்சியிலும் உறுப்பினர் கிடையாது. ஆனா, எங்க தலைவர்னா எனக்கு ரொம்பப் பிடிக்கும்'

'அது ஒண்ணும் தப்பில்லையே?'

'ஆமா டாக்டர். இவர் நேர்மையானவர். இவரால மட்டும்தான் எல்லோருக்கும் நல்லது செய்ய முடியும்னு நான் நம்புறேன்.'

அவர் மௌனமாய்த் தலையாட்ட,

'ஆனா, இவரோட பெருமை தெரியாத சில பேர் பேஸ்புக், வாட்சப்ல குறை சொல்றாங்க'

'அரசியல்னா, புகழ்ச்சியும், இகழ்ச்சியும் வர்றது இயல்புதானே ஆத்மா/?'

'தலைவர் இதைச் சாதாரணமா எடுத்துக்கிறார். என்னால தாங்க முடியல. கோபம் கோபமா வருது. பார்க்கப் பார்க்க உடம்பெல்லாம் எரியுது'

'பார்க்காமலே இருந்திட வேண்டியதுதானே?'

'அதெப்படி டாக்டர்? அதில நிறைய நல்லவங்களும் இருக்காங்களே! தலைவரைப் பாராட்டி எழுதுறாங்க. அடுத்த கட்சித் தலைவரின் தப்புகளைச் சொல்றாங்க. கேலி பண்ணி மீம்ஸ் போடுறாங்க. இதையெல்லாம் பார்த்தா, ரொம்ப சந்தோஷமா இருக்கு. அதை உடனே பத்து பேருக்காவது பார்வேர்ட் பண்ணாட்டி தூக்கம் வர மாட்டேங்குது'

'இது ஒரு சின்ன மனோ வியாதிதான் ஆத்மா. நாட்ல நிறையப் பேருக்கு இருக்கு', 'நீங்க உங்க நண்பர்கள் கிட்டே அரசியல் இல்லாம வேற எதைப் பற்றியாவது மனம் விட்டுப் பேசிப் பாருங்களேன்'

'என் நண்பர்கள் நிறையப் பேர் இப்போ தொடர்பில இல்லை டாக்டர். தலைவரைக் குறை சொன்னாங்கன்னு பிளாக் பண்ணிட்டேன்'

'உங்க மனைவி, குழந்தைகள்?'

'அவங்களும் சரியில்லை டாக்டர். தேர்தல் நேரம் . இதெல்லாம் வேணாம்னு சொல்றாங்க. அதுக்காக நாடு நாசமாப் போறதைக் கண்டும் காணாம இருக்க என்னால முடியாது'

'யோசிச்சுப் பாருங்க ஆத்மா. நாளைக்கு உங்களுக்கு ஏதாவது ஆனா, நண்பன்

ஒருவேளயாவது சாப்பிடாம கவலைப் படுவான்.
உங்க குடும்பம் வாழ் நாளெல்லாம் நினைச்சு
வருத்தப்படும். உங்க தலைவர் கண்டுக்கவே
மாட்டார்'

'என்னைப் பற்றிக் கவலையில்லை டாக்டர். நாட்டு
மக்கள் நல்லா இருந்தா சரி'

'உங்களுக்கு உங்க கட்சியில் இருந்து பணம்
வருதா?'

'என்ன டாக்டர், எங்களையும் அந்தக் கட்சி
ஆளுங்க மாதிரி நினைச்சீங்களா?'

'சரி, யாரோட ஸ்டேடஸ் படிக்கும்போது
உங்களுக்கு ரொம்பக் கோபம் வருது?'

'நரின்னு ஒருத்தன் இருக்கான் டாக்டர். போடுறது
எல்லாம் பொய், புரட்டு! வீண் பழியை என்
தலைவர் மேல போடுறான், மனசாட்சி இல்லாத
பய. பிளாக் பண்ணினாலும், வேற யாராவது
பார்வேர்ட் பண்ணி என் கண்ணில வந்து மாட்டித்
தொலையுது'

'பேஸ்புக்ல உங்களுக்குப் பிடிச்ச ஆளு?'

'வேற யாரு? நம்ம பரிதான். அந்தக் கட்சித்
தலைவனைப் பற்றி பிச்சு உதறுவார் பாருங்க,
ரொம்பவே சந்தோஷமா இருக்கும். அவர் போடுற
மீம்ஸ் எல்லாம் சிரிக்கவும் சிந்திக்கவும் வைக்கும்.
குறைஞ்சது இருபது பேருக்காவது பார்வேர்ட்
பண்ணிடுவேன். இல்லாட்டி ராத்திரி நிம்மதியாய்த்
தூங்க முடியாது'

டாக்டர் முகத்தில் புன்னகை பரவ,

'அப்ப, அவங்க போடுற பதிவுகளை எல்லாம் சீரியஸா எடுத்துக்கிறீங்க, இல்லே?'

அவன் குழப்பத்துடன் நிமிர்ந்து பார்க்க,

'உங்களுக்கு அந்த பரி, நரி இவங்கள்ல யாரையாவது தெரியுமா?'

'தெரியாது டாக்டர். போட்டோவில பார்த்திருக்கேன்'

'எனக்கு நல்லாத் தெரியும். ஒருத்தன் என் பையனோட நண்பன். இன்னொருத்தன் அவனோட கூடப் பிறந்த தம்பி!'

ஆத்மா திகைத்து நிற்க,

'அவங்க ரெண்டு பேரும் ஒரே வீட்லதான் வசிக்கிறாங்க. சொல்லப்போனா, இந்தத் தொழில்தான் அந்தக் குடும்பம் நடக்கவே உதவுது. அவங்க வீட்டுக்குப் போய்ப் பாருங்க, அங்கே எந்தத் தலைவரின் படமும் இருக்காது. அவங்க எழுதுறதை உங்களைப் போன்ற ஏமாளிகள் உண்மையின்னு நம்பி, பார்வர்ட் பண்ணி அவங்க வருமானம் அதிகரிக்க உதவுறீங்க. நாளைக்கு எலெக்ஷன் முடிஞ்சதும், ஜெயிக்கிற கட்சி ஆள், தோற்கிற கட்சியோட சகோதரனைக் காப்பாத்துவான். உங்களைக் காப்பாத்த யார் வருவா?'

'ஒண்ணு ரெண்டு பேர் இதை வியாபாரமாப் பண்ணலாம் டாக்டர். ஆனா, எந்தத் தியாகத்துக்கும் தயாரா, என்னைப்போல ஆட்கள் நிறையப் பேர் இருக்காங்க. என்னைப் பொறுத்தவரை மோசமான ஆட்கள் ஜெயிக்கக் கூடாது'

'உலகத்தில நூறு சதவிகிதம் நல்லவங்க, நூறு சதவிகிதம் கெட்டவங்கன்னு யாரும் இல்லை ஆத்மா. ரெண்டு வகையான ஆட்கள்தான் இருக்காங்க. ஒண்ணு, நமக்குப் பிடிச்சவங்க. அவங்க என்ன தப்பு செஞ்சாலும், நமக்குச் சரியாத் தெரியும். ரெண்டாவது, நமக்குப் பிடிக்காதவங்க. அவங்க எவ்வளவு நல்லது செஞ்சாலும் நமக்குத் தப்பாத் தெரியும். குறை அவங்க மேல இல்லை. நம்மகிட்டேதான் இருக்கு'

'எங்க தலைவரைப் பற்றி தெரியாம பேசுறீங்க டாக்டர். நீங்களும் அந்தக் கட்சி ஆளோன்னு சந்தேகமா இருக்கு'

'ஆத்மா', என்றார் டாக்டர் புன்னகை மாறாமல், 'உங்களுக்கு இருக்கிறது சைக்கோசிஸ் என்கிற முதிர் மனநோய். ஒன்றின்மேல் தவறான, ஸ்திரமான நம்பிக்கை வச்சிட்டு இருக்கிறது. மற்றவங்க அதைத் தவறுன்னு சொன்னாலும், சான்றுகள் காட்டினாலும் மாறாமல் தன்னோட நம்பிக்கையிலேயே உறுதியாய் நிற்கிறது.'

அவன் திகைத்துப்போய் நிற்க,

'கவலைப் படாதீங்க ஆத்மா. இது ஒண்ணும் பெரிய வியாதி இல்லை. அதற்கான அறிகுறிதான். சீக்கிரம் குணப்படுத்திடலாம்'

'எதுக்கு?', என்றான்.

இப்போ அவர் திகைத்துப் பார்க்க,

'நீங்க டிரீட்மெண்ட் எடுக்க வேண்டியது அந்தக் கட்சி ஆட்களுக்கு. எனக்கு எதுக்கு? என்

தலைவருக்காக ஏற்கனவே குடும்பம், நட்பு எல்லாத்தையும் வெறுத்திட்டேன். வீணா என்னைப் பயமுறுத்திப் பார்க்காதீங்க. என்ன டாக்டர், அந்தக் கட்சிகாரன்கிட்டே காசு எதுவும் வாங்கிட்டீங்களா?'

அவர் உணர்ச்சியில்லாமல், 'ஸாரி ஆத்மா. நான் தவறா டயாக்னசிஸ் பண்ணிட்டேன் போலருக்கு' அவன் வெற்றி பெற்ற பெருமிதத்துடன் பார்த்துக் கொண்டிருக்க,

'இன்னொரு வழியும் இருக்கு!', என்றார் அவர் புன்னகையுடன்.

$$$$$$$$$$$$$$$$$$$$$$$$$$$

கேம் பாயின்ட்

'கேம் பாயின்ட்!', என்ற நடுவரின் குரலை அடுத்து எல்லைக்கோட்டில் இருந்து பறந்து வந்த அந்தக் கைப்பந்து, பார்த்துக் கொண்டிருப்பவர்களின் கண்களை பரபரப்புடன் வலைக்கு அங்கும் இங்குமாய் அலைய வைத்துக் கொண்டிருந்தது.

வலையைத் தாண்டி விசையுடன் வந்த பந்தை ஒருவன் சற்றுக் குனிந்து தடுத்து, இன்னொருவனுக்கு அனுப்ப, அவன் அதை மோகனின் தலைக்கு மேல் உயர்த்த, வாகாய் வந்த பந்தை உயர எம்பி அடித்தான் மோகன். பந்து எதிரணியின் ஆடுகளத்தில் பட்டுத் தெறித்த மறுகணம் அங்கே ஒரு பலத்த ஆரவாரம் எழுந்தது.

அந்த ஆரவாரம் சற்று ஓய்ந்தபோதுதான், மோகன் அவரைக் கவனித்தான். கூட்டத்தோடு அமர்ந்து கேசவனும் கைதட்டிக் கொண்டிருந்தார். கேசவனுக்கும் அவனுக்கும் சில வருடங்களும், ஒரு மாஸ்டர் டிகிரியும் தவிர பெரிய வித்தியாசம் இல்லாததால், விரிவுரையாளர், மாணவன் என்கிற பேதமற்ற நட்பு இருந்தது.

சட்டென அவரை நெருங்கிய மோகன், 'ஸார், எப்போ வந்தீங்க?'

'ரெண்டாவது செட்டுக்கே வந்திட்டேன்! எ
குட் கேம்! நல்லா ஆடினே!'

'தேங்க்ஸ் ஸார்!'

'காலேஜ் பஸ் போயிருக்குமே! வா! பைக்ல
கொண்டு விட்டுடுறேன்!'

மெல்ல இருட்ட ஆரம்பித்திருந்தது. சாலை
ஓரத்தில் கரங்களை அகலமாய்ப் பரப்பிக்கொண்டு
மிகுந்த ஆகிருதியுடன் நின்ற ஒரு ஆலமரத்தின்
அடியில் பைக்கை நிறுத்திய கேசவன், 'நாம
கொஞ்ச நேரம் பேசிட்டுப் போகலாமா?', என்றார்.

அவனுக்கு ஆச்சர்யமாயிருந்தது.

கேசவன் ஒவ்வொரு ஞாயிற்றுக்
கிழமையும் அவர்கள் வீட்டுக்கு வந்துவிடுவார்.
அவன் அம்மா செய்துகொடுக்கும் வெங்காய
பஜ்ஜியையோ, பருப்பு வடையையோ
சாப்பிட்டுவிட்டு இருவரும் பஸ் ஸ்டான்ட்
அருகில் இருக்கும் மாரியம்மன் கோவில் வரை
பேசிக்கொண்டே நடப்பார்கள். ஆனால், இன்று இது
புது அனுபவமாக இருந்தது.

கேசவனின் முகம் இறுகிப்போய் இருந்தது.
எப்படி ஆரம்பிப்பது என்று யோசிப்பது போல
கொஞ்ச நேரம் அமைதியாய் இருந்தார்.

'என்ன ஸார் ஆச்சு?', என்றான் மோகன்.

'மோகன், இந்த வருஷத்தோட ரிசைன் பண்ணிட்டுப் போகலாம்னு இருக்கேன்!'

அவன் திகைத்து, 'ஏன் ஸார்?'

'மதுரை யுனிவர்சிட்டியில பி.ஹெச்.டி. பண்ணலாம்னு இருக்கேன்!', என்றவர், 'பிரச்னை அது இல்லை மோகன்! அம்மாவுக்கு உடம்பு சரியில்லை! சீக்கிரமே எனக்குக் கல்யாணம் பண்ணனும்னு நினைக்கிறாங்க!'

'செய்துக்கங்க ஸார்! இப்பல்லாம் பொண்ணு கிடைக்கிறதே குதிரைக் கொம்பா இருக்கு!'

'நானும் அந்த முடிவுக்குத்தான் வந்திருக்கேன்! அதுக்குத்தான் உன் உதவி வேணும் மோகன்!'

அவன் வியப்புடன், 'நான் என்ன ஸார் செய்யணும்?'

'உனக்கு லாவண்யாவைத் தெரியுமில்லையா?'

யாருக்குத்தான் தெரியாது! காலேஜ் பியூட்டி அவள்! அழகிப்போட்டி ஒன்றைக் கல்லூரியில் வைத்தால் அன்னபோஸ்ட்டாய் வரக்கூடியவள். சீனியர்களின் ட்ரீம் கேர்ள்!

'பர்ஸ்ட் இயர் ஐ.டி. லாவண்யாதானே?'

'உன் தங்கச்சி லதாவோட கிளாஸ்மேட்தான்!', என்றவர், 'லாவண்யாவைக் கல்யாணம் பண்ணிக்கலாம்னு நினைக்கிறேன் மோகன்!'

அவனுக்கு இது ஆச்சர்யத்தை விளைவிக்கா விட்டாலும், 'அப்படியா ஸார்?', என்றான்.

'ஆமாம் மோகன்! அவளும் என்னை விரும்புறான்னுதான் நினைக்கிறேன்! நிச்சயமாய்த் தெரிஞ்சிட்டா நல்லாயிருக்கும்!'

'அதுக்கு நான் என்ன செய்யணும் ஸார்?'

'லாவண்யாவை நான் ஒரு தடவை தனியே சந்திச்சுப் பேசணும்!'

அவன் திடுக்கிட்டு, 'அது எப்படி முடியும்? அவங்க வீட்ல..'

'தெரியும்! அதனால்தான் உன்கிட்டே சொல்றேன்! லதாகிட்டே சொல்லி அவகிட்டே பேசச் சொல்லு!', என்றார், 'செமஸ்டர் முடியுறத்துக்குள்ள இதுக்கு ஒரு முடிவ தெரியணும்!'

$$$$$$$$$$$$$$

அந்த ஞாயிற்றுக்கிழமை கேசவன் ஸார் வரவில்லை.

'ஏன்டா, குஞ்சு பொரிச்ச கோழியாட்டம் இங்கேயே சுத்திட்டு இருக்கே? கோவிலுக்குப் போகலியா?', என்றாள் அம்மா.

'ஸார் வரலைம்மா!'

'ஸார் வராட்டி என்ன? நீ போக வேண்டியதுதானே?'

'செமெஸ்டருக்குப் படிக்கணும்!'

இதென்னடி அதிசயம் என்பதுபோல் அவனைப் பார்த்துவிட்டு அம்மா போய்விட்டாள்.

லாவண்யாவைப் பார்ப்பதற்குத்தான் கேசவன் கோவிலுக்கு வருவார். அவர்கள் கோவிலுக்குப் போகும் நேரத்தில் சரியாக லாவண்யா கோவிலில் இருந்து எதிரே வருவாள்.

இவர்கள் வருகையை உணர்ந்தவள் போல அவள் வேகம் குறையும். நடை சிறிது தள்ளாடும். அருகே நெருங்கும்போது சட்டென தலையைத் தூக்கிப் பார்த்துவிட்டு வேறுபக்கமாய்த் திரும்பிக் கொள்வாள். அவள் தங்களைக் கடக்கும்வரை கேசவன் அதே இடத்தில் நின்று கொண்டிருப்பார்.

அவர்களைத் தாண்டிப் போகும்போது அந்தச் சிவந்த இதழ்கள் மெல்ல மலரும். அவர்கள் திரும்பிப் பார்க்கும்போது, வழியெங்கும் புன்னகையைச் சிதறவிட்டே போயிருப்பாள் அவள்.

நாளைக்கு ஸாருக்கு என்ன பதில் சொல்வது என்று அவனுக்குக் குழப்பமாய் இருந்தது. கோவிலுக்கு தனியேதானே வருவாள், நேரே கேட்டுவிட்டால் என்ன என்று தோன்றியது.

'அம்மா, நான் கோவிலுக்குப் போயிட்டு வர்றேன்!', என்றவன், அம்மாவின் ஆச்சர்யக் குறிகளுக்குப் பதில் சொல்லாமல் சட்டென வெளியே நடந்தான்.

கோவில் வீதியில் கூட்டம் குறைவாகவே இருந்தது.

வழக்கமாய் லாவண்யாவைப் பார்க்கும் இடத்தில் சற்று தயங்கினான். அவள் வரும் நேரம்தான். ஆனால், அவளைக் காணவில்லை. மெல்ல நடந்து கோவிலுக்குள்ளே சென்றவன், வெளிப் பிரகாரத்தில் லாவண்யாவைப் பார்த்துத் திடுக்கிட்டு நின்றான். அவளுடன் ஒரு கூட்டமே இருந்தது.

அந்தக் கூட்டம் அவனை நெருங்க,

'என்னடி லதா, உன் அண்ணன் பிரம்மை புடிச்சது போல நம்மையே பார்த்துட்டு நிற்கிறார்?', என்றாள் லாவண்யா, 'எங்கள்ள யாரையாவது சைட் அடிக்கணும்னா சொல்லச் சொல்லுடி! ஒரு பத்து நிமிஷம் ஓரமா நின்னுட்டுப் போறோம்!'

மறுகணம் அங்கே பெரிய சிரிப்பொலி எழ, முகமெல்லாம் வியர்த்துப்போய் நின்றிருந்தான் அவன்.

$$$$$$$$$$$$$

'என் பிரெண்ட்ஸ் முன்னாடி ரொம்ப அசிங்கமா போச்சு!', என்றாள் லதா கோபத்துடன், 'நீ ஏன் அங்கே வந்து அப்படி நடந்துகிட்டே?'

'மெல்லப் பேசு! யாருக்காவது கேட்கப்போகுது!'

'அவங்கள்ள யாரையோ பார்க்கத்தான் நீ அங்கே வந்தேன்னு சொல்றாங்க!'

அவன் சற்று தயங்கி, 'அது உண்மைதான்!', என்றான்.

அவள் திகைத்துப் போய்ப் பார்க்க,

'நம்ம கேசவன் ஸார் இருக்காருல்ல!'

'அவருக்கென்ன?'

'அவர் உன் பிரண்ட் லாவண்யாவைக் காதலிக்கிறாராம்!'

'அதுக்கென்ன?', என்றாள் சாதாரணமாய், 'அதுதான் எல்லோருக்கும் தெரியுமே!'

கேசவன் சொன்னதை விவரித்த மோகன், 'இதில உன் உதவி வேணும் லதா'.

'வெளங்கிடும்! அப்பாவுக்குத் தெரிஞ்சாக் கொன்னுடுவார்!'

'ப்ளீஸ் லதா!', என்றவன், 'உனக்குத் தெரியாமல் இருக்குமா? லாவண்யாவுக்கு ஸார் மேல அப்படி ஒரு அபிப்பிராயம் இருக்கா, இல்லையா?'

'அவ வெளிப்படையா ஒண்ணும் சொல்லமாட்டா! நாங்க கேட்ட போதெல்லாம் சிரிச்சு மழுப்பிடுவா!'

'குழப்புறே! அவங்க காதலிக்கிறது தெரியும்னு சொன்னியே?'

'அவ ஒண்ணும் சொல்லலே! நாங்களா கண்டுபிடிச்சோம்!', என்ற லதா, 'ஒவ்வொரு ஞாயிற்றுக் கிழமையும் அவ எங்களோடதான் கோவிலுக்கு வருவா! சரியாய் ஆறு மணி

ஆச்சுன்னா, நீங்க மெல்ல வாங்க, நான் போறேன்னு சொல்லிட்டுக் கிளம்பிடுவா! முதல்ல இது எங்களுக்குப் புரியல! ஒரு நா அவளுக்குத் தெரியாம அவ பின்னாடியே வந்தோம்! அப்பத்தான் அந்த நேரத்தில் கேசவன் ஸார் வந்திட்டிருந்தார்! எங்க சந்தேகம் உறுதியாச்சு!'

'லாவண்யாகிட்டே கேட்டியா?'

'நான் பாட்டுக்குப் போனேன்! தெருவில யார் யார் வர்றாங்கன்னு பார்க்குறதுதான் எனக்கு வேலையான்னு சொல்லிட்டா!'

'அவ மனசில இருக்கிறதை சொல்லப் பயப்படுறாளா?'

'பின்னே? அவ பின்னாடியே சுத்தின ராம்குமாருக்கு என்ன ஆச்சு? ஸாருக்கு எந்த ஆபத்தும் வந்துடக்கூடாதுன்னு அவ நினைக்கலாம்!'

'ஸாருக்கு நான் என்ன பதில் சொல்றது?', என்றான் கவலையுடன்.

'உனக்காக ஒரு உதவி பண்ணுறேன்! லாவண்யாகிட்டே பேசிப் பார்க்கிறேன்! பிறகு அவங்க பாடு!', என்றாள் லதா.

#####################

காலேஜில் கேம்பஸ் இண்டர்வியூ, கல்சுரல் புரோகிராம் என்று ஒரு வாரமாய் அவன் இதையெல்லாம் மறந்து போயிருந்தான். கேசவன் ஸாரும் ஊருக்குப் போயிருந்தார்.

கட்டிலில் சாய்ந்தபடி புத்தகத்தில் ஆழ்ந்திருந்த மோகன், 'ஹலோ!', என்ற குரல் கேட்டுத் திரும்பி, திடுக்கிட்டு எழுந்து, ஹேங்கரில் மாட்டியிருந்த சட்டையை அவசரமாய் மாட்டிக்கொண்டு, 'நீங்களா?', என்றான்.

அவன் பதட்டத்தை ரசிப்பதுபோல மெல்லச் சிரித்த லாவண்யா, 'லதா இல்லையா?', என்றாள்.

'இப்பதான் அம்மாகூட ஷாப்பிங் போனா! போன் பண்ணி வரச் சொல்றேன்!'

"ஒண்ணும் அவசரமில்லை! மெதுவாவே வரட்டும்!', என்றபடி உள்ளே வந்து, மேஜைமீது கலைந்து கிடந்த அவன் புத்தகங்களை எடுத்து அடிக்கியபடியே, 'வாழ்த்துக்கள்!', என்றாள்.

'எதுக்கு?'

'கேம்பஸ் இண்டர்வியூவில செலெக்ட் ஆனதுக்கு!', என்றவள், 'என்ன, இந்த வாரம் கோவிலுக்கு சீக்கிரமே வந்துட்டீங்க?.

'ஒரு வேலை இருந்துச்சு!', என்றான் தயங்கி.

'ஓ! எப்பவுமே சாமி கும்பிட கோவிலுக்குப் போறதில்லை போலிருக்கு!'

அவன் திகைத்தபடி பார்த்திருக்க,

'என் கிட்டே பேசத்தானே வந்தீங்க? ஏன் பேசலே?'

'அதுதான், அதுக்குள்ள எல்லோரும் கிண்டல் பண்ண ஆரம்பிச்சிட்டீங்களே!'

'அதுக்காகத்தான் லதாகிட்டே சொல்லி அனுப்புனீங்களா?'

அவன் தலையாட்ட,

'சரி, ஸாருக்கு அப்படி ஒரு ஆசை இருந்தா, நேரே அப்பாகிட்டே வந்து கேட்க வேண்டியதுதானே?'

'கோபப்படுவார்னு பயப்படுறார்!'

'அம்மாகிட்டே வந்து பேசியிருக்கலாமே!'

'அவங்களும் கோபப்படுவாங்க!'

'சரி, அண்ணன்கிட்டேயாவது சொல்லியிருக்கலாமே!'

'அய்யோ! உங்க அண்ணன்தான் ரொம்பக் கோபப்படுவான்!'

அவள் அடுக்கிய புத்தகங்களை மேஜை மேல் வைத்துவிட்டு, அருகே இருந்த சுவரில் சாய்ந்தபடி நின்றாள். அவள் கட்டியிருந்த கருநீல வண்ணப் புடவையும், விசேஷ அலங்காரமும் அவளை ஒரு தேவதையாய்க் காட்டின.

அவன் கண்களை நேரடியாய்ப் பார்த்தபடி, 'அதனாலதான் உங்க கிட்டே சொன்னாரா?', என்றாள்.

'ஆமாம்!', என்றான் அவள் மீதுள்ள பார்வையை விலக்க முடியாமல்.

அவள் தன் ஒரு கால் பாதத்தின் மேல் இன்னொரு காலை ஊன்றிக் கொண்டு, கைகளை மார்பின் குறுக்கே கட்டியபடியே அவனைக் கூர்மையாய்ப் பார்த்து, 'உங்களுக்குக் கோபம் வரலியா?', என்றாள்.

அவன் திடுக்கிட்டு நிற்க, அவள் கண்களின் இருந்த கோபம் நெருப்பாய் அவனுக்குள் இறங்கியது.

'எல்லோரையும் விட உங்களுக்குத்தானே அதிகமாய் கோபம் வந்திருக்கணும்!', என்றாள் லாவண்யா.

$$$$$$$$$$$$$$

பாதை மாற்றிய பயணங்கள்

நெல்லை எக்ஸ்பிரஸ் இரயிலின் பி 2 கோச்சின் கண்ணாடிக் கதவைத் தள்ளிக் கொண்டு உள்ளே நுழைந்தான் சந்திரன். செல்லை உயிப்பித்து பதினாறாம் நம்பர் பெர்த் என்பதை ஊர்ஜிதம் செய்துகொண்டான். அது சைடு அப்பர். சைடு அப்பரை அவன் பெரும்பாலும் விரும்புவதில்லை. அது அவனுக்கு தூளிக்குள் தூங்குகிற உணர்வை உண்டாக்கும்.

அங்கே இருக்கிற மற்ற பெர்த்துகளுக்கு இன்னும் ஆள் வரவில்லை. டிரெயின் புறப்பட இன்னும் பத்து நிமிஷம் இருந்தது. அவன் சூட்கேஸை பெர்த்தின் அடியில் தள்ளிவிட்டு, கீழே இறங்கி, ஒரு பெட்டிக் கடையில் பிஸ்கட் பாக்கெட்டும், தண்ணீர் பாட்டிலும் வாங்கிக்கொண்டு பிளாட்பாரத்தில் பரபரக்கும் ஜனங்களைப் பார்த்துக் கொண்டிருந்தான்.

டிரெயின் புறப்படும்வரை பக்கத்துப் படுக்கைகளுக்கு யாரும் வரவில்லை. ஒருவேளை தாம்பரத்தில் ஏறலாம். இல்லாவிட்டால், டி.டி.ஆர். வந்தவுடன் பெர்த்தை மாற்றிக் கொள்ளலாம் என முடிவெடுத்து, செல்போனை உயிர்ப்பித்து, பேஸ்

புக்கில் ஆழ்ந்தவன் அதிலேயே லயித்துப் போனான்.

சட்டென எழுந்த சலசலப்பு அவன் கவனத்தைக் கலைக்க, நிமிர்ந்தான். கதவைத் திறந்து கொண்டு உள்ளே புகுந்த பெண்களிடம் ஒரு அவசரம் தெரிந்தது. சுற்றுலா வரும் இளம்பெண்களிடம் இயல்பாக இருக்கக்கூடிய கலகலப்பு அவர்கள் சிரிப்பில் வெளிப்பட்டது. இன்னிசையாய் ஒலித்த அவர்கள் சிரிப்பொலி அந்த இடத்தின் சூழ்நிலையையே ஒரு நொடியில் மாற்ற, சந்திரன் இதழ்களிலும் புன்னகை படர்ந்தது.

ஆனால், அவனது உற்சாகத்தைச் சீர்குலைக்கவே திட சங்கல்பம் எடுத்தது போல, அவர்களில் ஒருத்தி, திரும்பிப் பார்த்தபடி, 'காவ்யா ஏறிட்டியா?', என்றாள்.

அந்தப் பெயர் ஏற்படுத்திய அதிர்ச்சியில் உடல் நடுங்க எழுந்து நின்றான் சந்திரன். இது அவளாக இருக்கக்கூடாது என்று அவன் உள்ளம் படபடக்க, அவன் ஆசையைப் நிராகரிப்பது போல, 'இதோ ஏறிட்டேன். நீ உள்ள போ!', என்ற இனிய குரல் ஒலித்தது.

கதவின் இடைவெளியில் தெரிந்த அந்தப் பளிங்குமுகம், அவனுக்கு இருந்த கொஞ்ச நஞ்ச சந்தேகத்தையும் போக்கிவிட்டது. எந்தப் பெண்ணைச் சந்திக்கவே கூடாது என்று இரண்டு

வருடங்களாய் எண்ணிக் கொண்டிருந்தானோ, அதே காவ்யா.

எதிர்ப் புறமாய்த் திரும்பிய சந்திரன், இடம் தேடி வந்து கொண்டிருந்த கூட்டத்தை ஊடுருவி, அவசரமாய் நடந்து, கதவைத் திறந்து பாத்ரூம் அருகே வந்து நின்றான். இரயில் ஓடத் துவங்கியிருந்தது. வெளிக்கதவு திறந்திருந்ததால், குளிர்ந்த காற்று முகத்தில் பரவ, படபடப்பு சற்று குறைந்திருந்தது.

ஏன் இப்படிச் செய்தாய் என்று நேரடியாய்க் கேட்பதை விடுத்து, ஏதோ, நாமே தப்பு செய்து விட்டதைப் போல, ஓடி வந்து விட்டதை நினைத்தால், அவனுக்கே வெட்கமாய் இருந்தது. இருந்தாலும், இனி அந்தக் கேள்விக்குப் பதில் தெரிந்துதான் என்ன ஆகப் போகிறது என்று தோன்றியது. மனது கனத்திருக்க, அந்த இருளைக் கிழித்துக்கொண்டு எதிர் திசையில் ஓடும் வெளிச்சப் பந்துகளை வெறித்துப் பார்த்தவாறே நின்றான். எண்ண அலைகள் மட்டும் இதயத்தில் இடைவிடாது கொந்தளித்துக் கொண்டிருந்தன.

கதவைத் திறந்த பெண்ணுக்கு நாற்பது நாற்பத்தைந்து வயது இருக்கலாம் என்று தோன்றியது. புன்னகை இதழ்களில் மட்டுமில்லாமல், அவர் கண்களில் கூடப் பரவியிருந்தது.

'யார் தம்பி, என்ன வேணும்?', அவர் குரல் மென்மையாய் ஒலித்தது.

'சந்திரன். காலையில கூடப் போனில் பேசினேனே?'

அவர் புன்னகை மேலும் விரிந்தது, 'நீயா?', என்றார், 'வா, உள்ள வா. உட்கார்', என்றவர், 'காபி தரட்டுமா தம்பி?'

'வேணாம்மா', என்றான் அவன் கூச்சத்துடன்,

'என் பெரிய பையனோட ரூம் அது. அவன் படிச்சு முடிச்சு வெளிநாட்டுக்கு வேலைக்குப் போன பிறகு சும்மாதான் இருக்கு. நிறையப் பசங்க வாடகைக்குக் கேட்டாங்க. இவர்தான் வாடகைக்கெல்லாம் விடக்கூடாதுன்னு சொல்லிட்டார். இருந்தாலும், சுபாவும் நானும் சாராடக்கர்ல ஒண்ணாப் படிச்சவங்க. அவ கேட்டபோது என்னால மறுக்க முடியல'

'சுபா ஆன்ட்டி அம்மாவோட பிரண்ட்'

'நானும் திருநெல்வேலிதான். மகாராஜ நகர் ஏரியா. இவர் மதுரை. எப்பவாவது ஊருக்குப் போகும்போது சுபா வீட்டுக்குப் போயிருக்கேன். நீங்களும் வண்ணாரப் பேட்டையிலா இருக்கீங்க?'

'ஆமாம்மா! பக்கத்து வீடுதான்'

'ரூம்ல பிரபு வச்சிருந்த கட்டில், பீரோ, மேஜை எல்லாம் அப்படியேதான் இருக்கு. நீ யூஸ் பண்ணிக்கலாம். ஒரு சிரமம். அட்டாச்ட் பாத்ரூம் இல்லை. இந்த வீட்டுக்குப் பின்னால இருக்கிற பாத் ரூமைத்தான் நீ பயன்படுத்திக்கணும்"

'பரவாயில்லம்மா. எனக்கு இது போர்த் இயர். ஹாஸ்டல்ல இருந்தா படிக்க மாட்டேன்னு அப்பா சொல்றார். அதனால்தான் வெளியே தங்க வேண்டியிருக்கு', என்றான் சந்திரன்.

அதை ஹோட்டல் என்று சொல்லுமுன் நிறைய யோசிக்க வேண்டியிருக்கும். பதினாலுக்குப் பத்து சைஸ் ரூமில் நாலு டேபிள்களின் பின்னால் பன்னிரண்டு பேர் நெருக்கி உட்கார்ந்து சாப்பிட்டுக் கொண்டிருந்தார்கள். வாசலில் ஒரு பெரிய அடுப்பின் மீது இருந்த கல்லில் மாஸ்டர் தாளகதியோடு முட்டை புரோட்டா போட்டுக் கொண்டிருந்தார். முன்னால் இருந்த ஷாமியானா பந்தலுக்குக் கீழே இரண்டு மடக்கு மேஜைகள் போட்டிருந்தார்கள். அதிலிருந்து, 'டேய் சந்திரா..!', என்ற குரல் கேட்டது.

சந்திரன் முகம் மலர அவர்களை நெருங்கியபோது, 'இங்க எங்கடா?', என்றான் மனோகரன்.

அவன் பக்கத்தில் இருந்த குமார்,
மனோகரனை நெருங்கி அமர்ந்தபடி, 'வா சந்திரா,
உட்கார்!', என்றான்.

மாஸ்டர் கல்லில் இருந்து பொன்னிறத்தில்
எடுத்த புரோட்டாக்களை ஒன்றுக்கு மேல்
ஒன்றாக அடுக்கி, சுற்றிலும் அரவணைத்துத் தட்டி,
ஒரு பேஸினில் கொட்ட, அதை எடுத்து வந்த
சர்வரிடம், 'இவனுக்கொரு இலை போடுங்க!',
என்றான் மனோ.

'அது சரி, நீ ஹாஸ்டல்ல இல்லையா?',
என்றான் குமார்.

'இந்த வருஷம் டே ஸ்காலர் ஆயிட்டேன்!'

'சூப்பர்! அந்த உப்புச் சப்பில்லாத
சாப்பாட்டிலே இருந்து தப்பிச்சிட்டே! எங்கே
தங்கியிருக்கே?'

சால்னா படுமுன்பே செதில்களாய்ப் பிரிந்து
விழும் புரோட்டாவை ரசித்தபடி, 'இந்தத்
தெருவில்தான்! கல்பனா இல்லம்னு
போட்டிருக்கும்!'

'எது? அந்த வீட்டுக்காரர் சென்னையில
வேலை பார்க்கிறார். பையன் கூட சமீபத்தில
பாரின் போனானே?'

'அந்த வீடுதான். முன்னால இருக்கிற ரூம்ல தங்கியிருக்கேன்!'

'யாருக்குமே தரமாட்டாங்களே! உனக்கு எப்படிடா கிடைச்சது?', என்றான் மனோ.

அவர்கள் முகத்தில் அப்பட்டமாய்த் தெரிந்த பொறாமையை வியப்புடன் பார்த்தக் கொண்டிருந்தான் சந்திரன்.

அடுத்த நாள் ஞாயிற்றுக்கிழமை என்பதால் சந்திரன் எழவே நேரமாகிவிட்டது. வீட்டுக்குப் பின்னால் ஒரு தோட்டம் இருந்தது. ஒரு நீர்த் தொட்டியும், அதன் அருகிலேயே துணி துவைக்கும் கல்லும் இருந்தன. அவன் கொண்டு வந்த துணிகளை அதன் அருகிலே வைத்து விட்டுத் திரும்பிய போதுதான் அவளை முதன் முதலாய்ப் பார்த்தான்.

செடிகளில் மலர்களைக் கொய்து கொண்டிருந்த அவளது கவனம், தொட்டியில் நீர் விழும் சத்தத்தால் சிதற சட்டெனத் திரும்பினாள். அவள் பார்வை சந்திரன் மீதும் விழுந்து, மீள, அங்கே அப்படி ஒரு உருவமே இல்லாததைப் போல எந்த உணர்ச்சியும் காட்டாமல் வீட்டுக்குள் நுழைந்தாள்.

அவள் கண்கள் பட்டு விலகிய சில வினாடிகளே அவள் உருவம் அவன் மனதில்

பதியப் போதுமானதாய் இருந்தது. அப்போதுதான் குளித்திருந்ததால் நீர்த்திவலைகள் மின்னிய கருங்கூந்தல், அவளது பின் பக்கமாய்ப் படர்ந்து அலைபாய்ந்தாலும் , அவற்றில் சில குறும்புக்கார இழைகள் முன் பக்கமாயும் அத்துமீறி புரண்டதால்,, அவள் தன் நடுவிரலால் அவற்றை நாசூக்காய் விலக்கிக் கொண்டிருந்தாள். அந்தப் பால் வண்ணப் பருவ மேனியை ஓரளவுக்கு மறைத்திருந்த காப்பர் சல்பேட் நிற நைட்டியால் கூட அவள் தோற்றப் பொலிவை சிறிதளவும் குறைக்க முடியாததால், மனோவும், குமாரும் தன்மீது பொறாமைப் பட்டதிலும் ஒரு நியாயம் இருக்கத்தான் செய்கிறது என்று அவனுக்குத் தோன்றியது.

அடுத்த வாரம் அடுக்கடுக்காய் வேலைகள் இருந்ததால், அவன் அந்தப் பெண்ணையே முழுதும் மறந்து போயிருந்தான். சனிக்கிழமை இரவு அவன் திரும்பியதும், 'சந்தர், நாளைக்கு நாங்க பிள்ளையார் பட்டி போறோம். வர லேட்டாகும்!', என்று அம்மா சொல்லியிருந்தார். அதனால், முழு சுதந்திரம் பெற்ற உணர்வில் பத்துமணி வரை தூங்கிக் கொண்டிருந்தவனை கதவு தட்டப்படும் சத்தம் எழுப்ப, திறந்தவன் திகைத்துப் போனான்.

'என்னடா, இன்னுமா தூங்குறே?, என்றபடி அவன் பதிலை எதிர்பாராமல் உள்ளே நுழைந்த

மனோவும், குமாரும், 'சரி, சீக்கிரம் போய் பல்லை விளக்கிட்டு வா!'

அவர்கள் எடுத்து வைத்த பாட்டிலைப் பார்த்து, 'என்னடா இது?', என்றான் சந்திரன் கூடுதல் அதிர்ச்சியுடன்.

'நீ ஏண்டா பயப்படுறே? அவங்க காலையில புறப்பட்டுப் போறதைப் பார்த்துட்டுத்தான் வர்றோம்!'

'எனக்கு இதெல்லாம் பிடிக்காதுடா!'

'பிடிக்காட்டி சும்மா வேடிக்கை பார்த்துட்டு இரு!', என்று மனோ சொல்லும்போது பக்கத்து அறையில் ஒரு டம்ளர் கீழே விழுந்து உருளும் சத்தம் கேட்டது.

'யாருடா இது?', என்றான் குமார் பயத்துடன்.

'பூனையாய் இருக்கும்!'

ஆனால், மறு நிமிடமே அது பூனை இல்லை என்பதை வெளிப்படுத்தும் விதமாய் டி.வி. பாடல் ஒலி கேட்டது.

'ஏண்டா, எல்லோரும் வெளியே போயிட்டாங்கதானே?', என்றான் மனோ கிசுகிசுப்பாய்.

'போனதைப் பார்த்தேன்னு நீங்கதானே சொன்னீங்க?'

அவன் யோசித்து, 'கார்ல அந்த அம்மாவையும், அந்தச் சின்னப் பையனையும் பார்த்தேன். அப்போ, காவ்யா இங்கதான் இருக்காளா?'

'அது யாரடா காவ்யா?', என்றான் சந்திரன்.

'இந்த வீட்ல ஒரு பொண்ணு இருக்கு. அதாவது தெரியுமா?'

'ஆமா! பார்த்திருக்கேன்!'

'அவ பேர் தாண்டா காவ்யா!', என்ற குமார், 'சரிதான், சரியான ஆளைத்தான் குடி வச்சிருக்காங்க!'

'ப்ளீஸ், போயிடுங்கடா!', என்றான் சந்திரன் பரிதாபமாய்.

அடுத்தநாள் மாலை அவன் புத்தகத்தில் மூழ்கியிருந்தபோது கதவு திறக்கும் சத்தம் கேட்டு, நிமிர்ந்து, திடுக்கிட்டு எழுந்தான்.

'ஏன் சந்தர், என்னைப் பார்த்தா பயமா இருக்கா? குற்றமுள்ள நெஞ்சு. குறுகுறுக்கத்தான் செய்யும்!'

'நான் ஒரு தப்பும் பண்ணல!'

'அதை நான்ல சொல்லணும்?'

அவன் தயங்கி, 'உள்ள வா, வாங்களேன்!', என்றான்.'

'மரியாதையெல்லாம் வேணாம்.', என்றபடி உரிமையுடன் உள்ளே வந்து நாற்காலியில் அமர்ந்த காவ்யா, 'இது எங்க அண்ணன் இருந்த அறை. இங்க இருக்கிறதுன்னா ஒழுங்கா இருக்கணும்!'

'ஆனா, நான்...'

அவன் பேச்சை சைகையில் நிறுத்தி, 'நேற்று பாலாவைப் பார்த்தேன்'

'எந்த பாலா?'

'ஞாயிற்றுக்கிழமை தமுக்கத்தில ஒரு பொண்ணு பின்னாடியே உங்க பிரண்ட்ஸ் கூட அலைஞ்சீங்க இல்ல, அவ பேருதான் பாலா'

'அது நான் இல்லை!'

'உங்கவீட்ல தங்கியிருக்கிற பையன்தான்னு அவ சொல்றா!'

அவன் மௌனமாக,

"வெளியே ரௌடி மாதிரி சுத்துறது, இங்கே வந்தா உத்தமன் வேஷம் போடுறது! அதெப்படி, உங்க பிரண்ட் சொல்றவரை என் பேர் தெரியாதா?'

'சத்தியமா தெரியாது காவ்யா!'

'நம்புறேன்!'

தேங்க்ஸ்!'

'அவசரப்படாதீங்க!', என்றவள், 'கவிதையெல்லாம் எழுதுவீங்க போலருக்கே?'

'யார் சொன்னா?'

'உங்க டைரியைப் படிச்சேன்!'

அவன் திடுக்கிட்டு, 'எப்போ?'

'பொழுது போகல! படிக்க ஏதாவது இருக்கான்னு பார்க்க உங்க ரூமுக்கு வந்தேன்'

'நான் இல்லாதபோது என் ரூமுக்கு..'

'சரிதான்! உங்க ரூமா? ஒரு மாசம் தங்கியிருந்தா இது உங்க ரூம் ஆயிடுமா? ஆள் இல்லையின்னு இப்ப பாட்டில் கொண்டு வர்றவங்க, நாளைக்கு போதைப் பொருள் பதுக்கி வச்சா, போலீஸுக்கு நாங்களும்ல பதில் சொல்லணும்? இந்த ரூமுக்குள்ள வர எனக்கு உரிமை இல்லையா?'

'யார் சொன்னது? உங்களுக்குத்தான் உரிமை இருக்கு!', என்றான் அவன்.

'அதிருக்கட்டும், சுட்டும் விழிகளைக் கோர்த்தேன். அந்த வெட்டுங் குளிரிலும் வேர்த்தேன்னு எழுதியிருக்கீங்களே, யார் அந்தப் பெண்?'

'அப்படியெல்லாம் யாருமில்லை காவ்யா. ஒரு கற்பனையாய் எழுதியது'

'அதெப்படி, ஒரு இன்ஸ்பிரேஷன் இல்லாம இப்படியெல்லாம் எழுதமுடியாதே!', என்றவள், 'எனக்கு ஒண்ணுமில்லை சந்தர், அம்மாவுக்குக் கவிதை எழுதுறவங்களைக் கண்டாலே பிடிக்காது. அதுவும், இதைப் படிச்சா, ஏதோ என்னைப் பற்றித்தான் எழுதியிருக்கீங்கன்னு நினைப்பாங்க'

'இது இங்கே வர்றதுக்கு முன்னாடியே எழுதியது!'

'யாருக்குத் தெரியும்?'

அவன் தயங்கி, 'அம்மாவுக்குத் தெரிய வேணாம் காவ்யா!'

'பாவமாகத்தான் இருக்கு!', என்று யோசித்தவள், 'ஒண்ணு செய்யுங்களேன். எனக்கு கொஞ்சம் ரிக்கார்ட் புக் ரெடி பண்ணனும். உங்க

ஹேண்ட் ரைட்டிங் அழகா இருக்கு. எழுதிக் கொடுக்குறீங்களா?'

'எப்ப பார்த்தாலும் செல்லுல கேம்தானே விளையாடுறே! நீ எழுதினா என்ன?', என்றான்.

'அப்ப, எப்பவும் என்னைத்தான் கவனிச்சிக்கிட்டு இருக்கீங்களா?'

அவன் திகைத்தபடி நின்றான், 'முதலில் பார்த்தபோது இவளை ஒரு அமைதியான பொண்ணுன்னு தப்பா நினைச்சிட்டோம்', என்று அவன் உள்ளம் முணுமுணுத்தது.

'என்ன எழுதணும்?', என்றான்.

அதற்குப் பிறகும் அந்த வீட்டில் உள்ளவர்கள் இயல்பாகவே பழகியதால், காவ்யா சொன்ன சொல்லைக் காப்பாற்றி விட்டாள் என்றே தோன்றியது.

ஒரு அந்தி மாலைப் பொழுதின் குளுமையை ரசித்தபடி அவன் கேட்டைத் திறந்து வீட்டுக்குள் நுழைந்தபோது, மாடிப்படியில் அமர்ந்திருந்த அம்மா, 'சந்தர், இங்க வாயேன்!', என்றார்.

அவன் நெருங்கி, 'என்னம்மா?'

'நீ பெரிய ஆளு போலருக்கே! இப்ப, காவ்யா சொல்லித்தானே தெரியுது!'

அவன் திடுக்கிட்டு, மேல்படியில் அமர்ந்திருந்த காவ்யாவைப் பார்க்க, அவள் புத்தகத்தால் முகத்தை மூடியிருந்தாள்.

'கவிதையெல்லாம் எழுதுறே! எனக்குக் கவிதையின்னா ரொம்பப் பிடிக்கும். அதுவும் குடும்பத்தை விட்டுட்டு வெளியூருக்கு வேலைக்குப் போறவங்களைப் பற்றி எழுதியிருக்கியே, படிச்சதும் எனக்குத் தூக்கமே வரலப்பா!'

அவன் காவ்யாவைப் பார்க்க, அவள் குழந்தைபோல முகத்தை வைத்திருந்தாள்.

'கொஞ்சம் இரு, மூணு பேருக்கும் ஜூஸ் எடுத்துட்டு வர்றேன்!', என்று அவர் உள்ளே செல்லவே காத்திருந்ததுபோல, புத்தகத்தைக் கீழே வைத்த காவ்யா, அவனது கடுகடுத்த முகத்தைப் பார்த்தாள். அவள் புருவங்கள் உயர, அகன்ற கருவிழிகள் ,'இப்ப என்னவாம்?', என்றன.

'இது உனக்கே நியாயமாய்ப் படுதா?'

'நான் என்ன பெருசா பொய் சொல்லிட்டேன்? நீங்க சொல்றதைக் கணக்கிட்டா, நெக்ளிசிபிலி ஸ்மால். சொல்லப்போனா, நீங்க எனக்கு நன்றிதான் சொல்லணும்!'

'எதுக்கு?'

"உங்க பிரசெண்டேஷன் நல்லா
இருக்குன்னு என் தோழிகள் எல்லாம் சொல்றாங்க.
எங்களுக்கும் எழுதி வாங்கித்தாடின்னு
சொன்னாங்க. நான்தான், எங்க சந்தர் என்ன உங்க
அடிமையா, என்னைத் தவிர யாருக்கும் எழுதித்
தரமாட்டார்னு சொல்லிட்டேன். சரிதானே?'

'சரிதான்!', என்றான் வெறுப்புடன்.

'ஸார் டிக்கட்?'

அந்தக் குரலால் பழைய நினைவுகளில்
இருந்து மீண்ட சந்திரன், 'பெர்த் நம்பர் சிக்ஸ்டீன்
ஸார்!', என்றபடி அடையாள அட்டையை
நீட்டினான்.

அவர் அந்த எண்ணைப் பதிவு
செய்யும்போது,

'ஸார், ப்ளீஸ், பக்கத்து கம்பார்ட்மெண்டில்
வேற பெர்த் இருந்தாக் கொடுங்களேன். நான்
ஏ.ஸி.னாக் கூட பரவாயில்லை!'

அவர் அவனை விசித்திரமாய்ப் பார்த்து,
'மேல்மருவத்தூர்ல கொஞ்சப்பேர் ஏறியிருக்காங்க.
பார்த்திட்டுச் சொல்றேன்!', என்றார்.

அவன் மறுபடி கதவுக்கு அப்பால் இருக்கும் இருட்டை வெறிக்க ஆரம்பித்தான். விழுப்புரம் வரை பார்க்கலாம் என்று முடிவெடுத்தபோது,

'ஸார்!', என்ற பெண் குரல் அசைக்க, திரும்பி, 'நீங்க?', என்றான்.

'ஸார், உங்க பேர் சந்திரன்தானே? டி.டி.ஆர். சொன்னார். நாங்க டீச்சர்ஸ் கொஞ்சப்பேரு மதுரைக்குத் திரும்பிட்டு இருக்கோம். எனக்கு மட்டும் தனியா நாற்பத்தெட்டாம் நம்பர் போட்டுட்டாங்க. நீங்க அதை எடுத்துக்கிட்டா..'

அவன் முகம் சட்டென மலர்ந்து, 'இதென்னங்க, தாராளமா எடுத்துக்கங்க!', என்றான் தப்பித்த உணர்வில்.

டிரெயின் திண்டிவனத்தைத் தாண்டி போய்க்கொண்டிருந்தது. அங்கேயே நின்றிருந்தவன், விழுப்புரம் ஸ்டேஷனில் சற்று நேரம் கீழே இறங்கி நின்றுவிட்டு, ஏறி அந்தப் பெர்த்தை நெருங்கினான். தன் பெட்டியை இரயில் மதுரை தாண்டியதும் போய் எடுத்துக் கொள்ளலாம் என முடிவு செய்தான். கோச்சில் எல்லோரும் தூங்கிக கொண்டிருந்தார்கள். தன்னால் இந்த இரவு முழுவதும் தூங்க முடியாது என்று அவனுக்குத் தோன்றியது. போனை கையில் எடுத்தான்.

'யார் போன்ல?', என்றாள் காவ்யா.

'அக்கா!'

'நாகர்கோயில்ல இருந்தா?'

அவன் தலையாட்டி, 'மதுரையில ஒரு கல்யாணமாம். வர்றதாய்ச் சொன்னாங்க!'

அவள் முகம் மலர்ந்து, 'எப்போ?'

'வியாழக்கிழமை!', என்றவன், 'காவ்யா, நான்தான் உனக்கு அக்காவைப் பற்றிச் சொல்லியிருக்கேனே? கூடப் பிறக்காட்டியும் என்னை பிள்ளை போல வளர்த்தவள். ஆனா, பாரு, செமெஸ்டர் எக்ஸ்ஸாம் டயத்தில வர்றாங்க!'

'எந்த டிரைன்ல?'

'நாகர்கோயில் பாசஞ்சர். காலையில ஆறுமணிக்கு வரும்!'

'அதனால் என்ன சந்தர்? நான் லீவு போட்டுட்டுப் பார்த்துக்கிறேன். பொறுப்பை என்கிட்டே நம்பி விடுங்க ஸார்!', என்று சிரித்தாள் காவ்யா.

'கிச்சடி நல்லா இருக்கு. யார் பண்ணினது?', என்று கேட்டார் அக்கா.

'காவ்யாதான்!', என்றார் அம்மா.

'காவ்யாவைக் கட்டிக்கப்போறவன்
அதிர்ஷ்டசாலிதான்! சந்திரன் ஒரு சுற்று பெருத்துப்
போன காரணம் இப்பத்தான் தெரியுது'

'நீங்கவேற!', என்றாள் காவ்யா, 'சந்தர்
வந்ததுக்கு இன்னிக்குத்தான் எங்க வீட்ல
சாப்பிடுறார். அதுவும் நீங்க சொன்னதால'

'நாளைக்கு எக்ஸாம் முடியுதுக்கா. நீ
சாயந்தரம் போறதுன்னா, நானும் வந்துடுவேன்',
என்றான் சந்திரன்.

'வேணாப்பா. பொண்ணு மாப்பிள்ளையை
அழைச்சிட்டு போகணும். நீ போய் சித்தப்பா,
சின்னம்மகிட்டே சொல்லிட்டு நாகர்கோயில் வா!'

'உங்களை நான் வந்து அனுப்பி
வைக்கிறேன்', என்றாள் காவ்யா.

'வேணாம் காவ்யா. நீ அனாவசியமாய்
நாளைக்கும் லீவு போட வேணாம். காலையில்
வீட்டுக்கே கார் அனுப்புறதாய்ச்
சொல்லியிருக்காங்க'

'சரி, நீங்க போங்க. நைட் அக்கா
எங்கக்கூடவே தங்கட்டும்', என்றாள் காவ்யா

.செமெஸ்டர் முடித்த விடுதலைப்
பூரிப்பில் நண்பர்களுடன் பேசிவிட்டு வீட்டுக்கு
வரவே நேரமாகிவிட்டது. அவசரமாய் பேக்கிங்

முடித்து சாவியுடன் அவன் வெளியே வெரும் போதும் அந்த இடம் வெறிச்சிட்டுக் கிடந்தது. வீட்டில் யாரும் இல்லையோ என்ற குழப்பத்துடன் காலிங்பெல்லை அழுத்தினான்.

சற்று நேரம் கழித்துக் கதவைத் திறந்த அம்மாவின் முகம் வாட்டமாய் இருந்தது.

'என்ன தம்பி, கிளம்பியாச்சா?', என்றார் மெல்லிய குரலில்.

'ஆமாம்மா!', என்றபடி சாவியை நீட்டியவன், 'ஏம்மா ஒரு மாதிரியா இருக்கீங்க? உடம்பு சரியில்லையா?'

'அதெல்லாம் ஒண்ணுமில்லை. கொஞ்சம் டயர்டா இருக்கு'

அவன் சற்றுத் தயங்கி, வீட்ல வேற யாரையும் காணோம்?'

'தருண் வெளியே போயிருக்கான். போன் பண்ணட்டுமா? உன்னைப் பஸ் ஸ்டாண்ட் வந்து அனுப்பணும்னு சொல்லிக் கிட்டிருந்தான்'

'வேணாம்மா .பிரண்ட்ஸ் காத்திட்டு இருக்காங்க', என்றவன், 'காவ்யா?'

'நாளைக்கு ஏதோ முக்கியமான எக்ஸ்ஸாமாம். படிச்சிட்டு இருக்கா'

'நான் ஊருக்குப் போறேன்னு..'

'நான் சொல்லிக்கிறேன் தம்பி!', என்றார் அம்மா.

அவன் திரும்ப அந்த வீட்டுக்கு வர இரண்டு மாதம் ஆகிவிட்டது. கேட்டைத் திறந்தவுடனே அவன் பார்வை மாடிப் படிகளின் மீதும், வீட்டுச் ஜன்னல்களிலும் பரவி ஏமாற்றத்துடன் மீண்டது. அவன் உள்ளத்தில் இருந்த உற்சாகம் வடிய, காலிங்பெல்லை அழுத்தினான்.

இம்முறையும் அம்மாவின் முகத்தில் அவனைப் பார்த்த மகிழ்ச்சி தெரியவில்லை.

'எப்ப வந்தே', என்றார் உணர்ச்சியில்லாமல்.

'காலையில வந்தேம்மா கொஞ்சம் சர்டிபிகேட்ஸ் வாங்க காலேஜுக்குப் போயிட்டேன். உங்களுக்குப் போன் பண்ணினேன்.'

'கவனிக்கலே!'

'பாஸ் பண்ணிட்டேன்மா!'

'சந்தோஷம்!', என்றார் வலிய வரவழைக்கப்பட்ட புன்னகையுடன், 'அடுத்து என்ன பண்ணப்போறே?'

114

'யு.பி.எஸ்.ஸி., டி.என்.பி.ஸி.
பண்ணியிருக்கேன். பார்க்கலாம்', என்றவன்,
'காவ்யா என்னம்மா பண்ணப் போறா?'

அவர் சற்றுத் தயங்கி, 'காவ்யாவுக்கு
கல்யாணம் ஆயிடுச்சு தம்பி!'

அவன் அதிர்ந்துபோய், 'எப்ப?'

'ஒரு மாசம் ஆச்சு. அவளுக்குக்கூட
மனசில்லை. படிக்கணும்னு சொன்னா. அவ
அப்பாதான் கேட்கல. டாக்டர் மாப்பிள்ளை.
சொந்தம்தான். நல்ல இடத்தை விட வேண்டாம்னு
சொல்லிட்டார்.'

'எனக்கு ஏம்மா சொல்லலே?', என்றான்
வேதனையுடன்.

'திடுதிப்னு கல்யாணம் முடிஞ்சிடுச்சு.
சொந்தக்காரங்களுக்குக் கூடச் சொல்ல முடியல'

'ஒரு போன் பண்ணிச் சொல்லக் கூட
காவ்யாவுக்குத் தோணலியா?', என்றான் அவன்
விரக்தியாய்.

'பரவாயில்லையே! பேர் கூட
ஞாபகமிருக்கா?'

அந்தக் குரலால் அதிர்ந்து போனான் அவன்

அவனருகே காவ்யா நிற்றுக்கொண்டிருந்தாள். இந்த இரண்டு வருடங்களில் அவள் அழகு இன்னும் மெருகேறியிருந்தது. இன்று, அவள் நெற்றியில் புரண்டு விளையாடிய கூந்தல் இழைகள் அவள் உதாசீனத்தால் சுருண்டு கிடந்தன. அவள் தலைக்குமேல் எரிந்து கொண்டிருந்த நீல வண்ண விடிவிளக்கு, அவள் கட்டியிருந்த ஆடையிலும், அது மறைக்காத பளிங்கு மேனியிலும் பரவியிருந்தது மட்டுமில்லாமல், அந்த அகன்ற விழிகளிலும் உறைந்திருந்ததால், அழகிருக்கும் இடத்தில் ஆபத்தும் இருக்கும் என்று தெரியாமலா சொல்லியிருக்கிறார்கள் என்று அவன் முணுமுணுத்தான்.

அவன் தன்னை நிமிர்ந்து பார்த்ததுடன் ஏதோ ஆராய்ச்சிக்கு ஆயத்தமாகி விட்டதை உணர்ந்த காவ்யா, 'அதிர்ச்சியாய் இருக்கா?', என்றாள்.

அதனால் ஓரளவு இயல்பு நிலைக்கு வந்த சந்திரன், 'உட்கார்!', என்றான், 'நீ இங்கே வருவேன்னு எதிர்பார்க்கலே!'

'எதிர்பார்த்திருந்தா? பாவம், ஓடி ஒளிய உங்களுக்கு இரயிலிலே இடம் கிடைக்காதுதான்!'

'நான் எதுக்காக ஓடி ஒளியணும்?'

'அதுதான் பார்த்தேனே! நான் வர்றதைப் பார்த்து நீங்க இங்கே ஓடி வந்ததை. தப்பு செஞ்சவங்களுக்குத்தான் உறுத்தல் இருக்கும்'

'நான் தப்பு செஞ்சதால ஓடி வரல. உன்னைப் பார்க்கவே பிடிக்காமத்தான் இங்கே வந்தேன்'

'என் மேல அப்படி என்ன வெறுப்பு?'

'காவ்யா, நான் காலேஜில் இருந்து வீட்டுக்கு வரும்போதெல்லாம், கேட் திறக்கிற சத்தம் கேட்டதுமே, சந்தர்னு சொல்லிக்கிட்டு ஓடி வருவே. ஆனா, காலேஜ் முடிஞ்சு நான் ஊருக்குப் போகும்போது வழியனுப்பக்கூட நீ வரல. அம்மாகிட்டே கேட்டபோது நீ படிக்கிறேன்னு சொல்லிட்டாங்க'

'அப்புறம்?'

'அது கூடப் பரவாயில்லை. நான் ஊரில் இருந்து கூப்பிட்ட எந்தப் போன் காலையும் நீ அட்டென்ட் பண்ணல. திரும்ப வீட்டுக்கு வந்தா, உனக்குக் கல்யாணம் ஆயிடுச்சுன்னு அம்மா சொல்றாங்க!'

'அதனால?'

'என்கிட்டே ஒரு வார்த்தை கூடச் சொல்லாம நீ கல்யாணம் பண்ணிக்கிட்டது சரியா?

எனக்குக் கோபமும் வெறுப்பும் வர்றது இயற்கைதானே?'

அவள் சிறிது நேரம் அமைதியாய் அவன் கண்களையே பார்த்து, 'நீங்க வருத்தப்படாட்டி ஒண்ணு சொல்லட்டுமா?'

'இனியும் வருத்தப்பட என்ன இருக்கு? சொல்லு!'

'என்னோட கல்யாணத்தை நான் உங்ககிட்டே ஏன் சொல்லணும்? நீங்க எங்களுக்குச் சொந்தமா, கூடப்பொறந்தவரா? ஒருவேளை, அம்மா உங்களைத் தம்பின்னு கூப்பிட்டதால தாய் மாமன்னே நினைச்சிக்கிட்டீங்களா? இல்லை, என்னோட காதலரா?'

'இல்லை காவ்யா. என்னைச் சொந்தமா மதிக்க வேணாம். ஒரு டெனன்டாக் கூட நினைக்கக் கூடாதா?'

'அம்மா என்ன சொன்னாங்க?'

'அவசரக் கல்யாணம். யாருக்கும் சொல்ல முடியலன்னு சொன்னாங்க'

'பிறகு?'

'கல்யாணம்கிறது வாழ்க்கையில ஒருதடவை வர்ற நிகழ்ச்சி. அந்த நேரத்தில

உன்னோட சந்தோஷத்தில நாமும் பங்குகொள்ள முடியலையே என்கிற வருத்தம். எதோ உன்கிட்டே உரிமை இருக்குன்னு தப்பா நினைச்சதால உண்டான உணர்வு. ஸாரி காவ்யா!'

'உங்ககிட்டே இருந்து நாங்க ஒதுங்கி நின்னது ஏன்னு எப்பவாவது யோசிச்சீங்களா?'

'இல்லை காவ்யா!'

'சரி, எப்போதிருந்து என்பதாவது ஞாபகமிருக்கா?'

'ம்.., நான் ஊருக்குக் கிளம்புற நாள் அன்னிக்கு!'

'கரெக்ட்! அதை, உங்க அக்கா எங்க வீட்டுக்கு வந்துட்டுப் போன பிறகு என்று கூடச் சொல்லலாமே!'

அவன் திகைத்துப்போய், 'காவ்யா, அக்கா..?'

'ஆமாம். அன்னிக்கு அவங்களோட பயணம்தான் என் வாழ்க்கைப் பாதையையே திசை திருப்பிடுச்சு. திருநெல்வேலியில ஒரு குடும்பம் உங்க வீட்ல குடி இருந்தாங்களாம். சந்தர், சந்தர்னு உங்களைக் கூப்பிட்டு, உங்களை மயக்கி தன் பொண்ணுக்குக் கல்யாணம் பண்ணி வைக்கத் திட்டம் போட்டாங்களாம். யார் என்ன நினைச்சாலும் நடக்காது, சந்திரனுக்கு என்

பொண்ணைத்தான் கட்டி வைக்கப் போறேன்னு சொன்னாங்க'

அவன் திகைத்துப்போய், 'அக்காவா?'

'ஆமா! உங்க அக்காதான்! நீங்களே சொல்லுங்க, நாங்க காட்டிய அன்பு போலியா? உங்களை மயக்கப் போட்ட நாடகமா? நான் என்னிக்காவது உங்ககிட்டே அந்த நோக்கத்தில பழகியிருக்கேனா? நாங்க என்ன அவ்வளவு கேவலமாய்ப் போயிட்டோமா? அப்படியே மயக்கி, கட்டிக்கிற அளவுக்கு நீங்க என்ன..'

'வேண்டாம்!', என்றான், 'ஸாரி காவ்யா. இதெல்லாம் சத்தியமா எனக்குத் தெரியாது. நீங்க எந்த அளவுக்குப் புண்பட்டிருப்பீங்கன்னு எனக்குப் புரியுது. ஸாரி, அம்மாகிட்டயும் நான் மன்னிப்புக் கேட்டதாய்ச் சொல்லு'

'எப்பவாவது உங்களைச் சந்திச்சா, இதைக் கேட்கணும்னு நினைச்சிட்டே இருந்தேன். ரெண்டு வருஷம் ஆச்சு உங்களைப் பார்க்க'

'நீ இவ்வளவு வேதனையில இருக்கும் போது, கல்யாணப் பத்திரிகை தரலேன்னு, சே! நினைக்கவே வெட்கமாய் இருக்கு காவ்யா!'

'சரி விடுங்க!', என்றபடி ஸீட்டில் வசதியாய்ச் சாய்ந்துகொண்ட காவ்யா, 'உங்களைப் பற்றிச் சொல்லுங்க. கல்யாணம் ஆச்சா?'

'இன்னும் இல்லை காவ்யா'

'ஏன்?'

'வேலை கிடைச்ச பிறகுதான் கல்யாணம்னு சொல்லிட்டேன். இப்ப, பி.அன்ட் டி.யில அசிஸ்டன்ட் இஞ்சினீயர். பொண்ணு பார்க்க வேண்டியதுதான்'

'உங்க அக்கா பொண்ணு என்னாச்சு?'

'நீ வேற! அக்கா விளையாட்டாய்ச் சொல்லியிருக்காங்க. அவங்க மூத்த பொண்ணே இப்பத்தான் ப்ளஸ் டூ படிக்குது'

'அக்கா உங்ககிட்டே இதைப் பற்றிச் சொல்லலியா?'

'இப்ப சொன்னா நம்பமாட்டே! மூணு மாசம் கழிச்சு நான் அக்காவைப் பார்த்தபோது, உன்னைப் பற்றித்தான் கேட்டாங்க. இப்படி ஒரு அழகும் பண்பும் உள்ள பெண்தான் உனக்கு மனைவியாய் வரணும் சந்திரான்னு சொன்னாங்க'

'ஓ! நீங்க என்ன சொன்னீங்க?'

'காவ்யாவுக்கு கல்யாணம் ஆயிடுச்சுன்னு சொன்னேன்', என்று சிரித்தவன், 'காவ்யா, உனக்கு குழந்தைங்க?'

'இல்லை!'

'உன் கணவர்?'

'அதுவும் இல்லை!'

'எனக்குப் புரியல!'

'புரியல? எனக்குக் கல்யாணம் ஆச்சுன்னு அம்மா சொன்னது பொய்!'

'ஏன்?', என்றான் திகைத்துப்போய்.

'உங்ககிட்டே இருந்து விலகியிருக்க. உங்க போன கால்களைத் தவிர்க்க', என்றவள், 'ஆனா, அப்பா ஆசைப்பட்டது உண்மைதான். பி.எட். படிச்சு ஒரு வேலையில சேர்ந்த பிறகுதான் கல்யாணம்னு சொல்லிட்டேன்.'

'நீ மதுரையில டீச்சரா இருக்கிறதா உன் தோழி சொன்னாங்க'

'ஆமா! நாளைக்கு மாப்பிள்ளை வீட்டுக்காரங்க வர்றாங்க. அம்மா சொன்ன அதே டாக்டர் மாப்பிள்ளைதான்'

'பத்திரிக்கை?'

'மறக்காம அனுப்பிடுவேன்.. இல்லாட்டிதான் வேதாளம் மறுபடி முருங்கை மரத்தில ஏறிடுமே'

அவன் சிரித்து, 'தருண் எப்படி இருக்கான்?'

'எங்க வீட்டிலேயே ரோஷம் கெட்ட ஆளு அவன்தான். அவங்க அக்கா பேசினதுக்கு அவர் என்ன பண்ணுவார்? போனை எடுத்துப் பேசுக்கான்னு சொல்லிக்கிட்டே இருப்பான். உங்களைப் பார்த்ததைச் சொன்னா ரொம்ப சந்தோஷப்படுவான்', என்றபடி எழுந்த காவ்யா, 'திருச்சி வரப்போகுது! இனியாவது நிம்மதியாய்த் தூங்குங்க. நாளைக்கு ஈவினிங் போன் பண்ணுறேன். ரெண்டு, ஏழுல முடியுற நம்பர்தானே?'

அவள் நடந்து போவதையே வெறித்துப் பார்த்துக்கொண்டிருந்தான் அவன்.

அந்த நள்ளிரவு நேரத்தில் திருச்சிராப்பள்ளி இரயில்வே ஸ்டேஷன் அமைதியாகவே இருந்தது. இரயில் புறப்பட்ட பிறகும் கதவைச் சாத்தாமல் வாசல் அருகிலேயே நின்ற சந்திரனின் மனதில் கொஞ்சம் கூட அமைதியில்லை.

நியாயமாகப் பார்த்தால், இரண்டு வருட வேதனை மறைந்த நிலையில் அவன் மனதில் நிம்மதி பரவியிருக்கவேண்டும். ஆனால், அவளைச் சந்திக்குமுன் இருந்ததைவிட பெரிய பாரம் ஒன்று

மனதை அழுத்திக் கொண்டிருந்தது. இன்று மட்டுமல்ல, இனி தன்னால் எப்போதுமே தூங்க முடியாது என்று தோன்றியது.

வாஸ்பேஸினில் முகத்தைக் கழுவிவிட்டு, தன் இடத்துக்கு வந்தான். அந்த நீல ஒளி, படுக்கை எங்கும் பரவியிருந்தது. நீலம் அழகு கொடுப்பது. நீலம் இதயத்துக்கு இதமானது. ஆனாலும், அவன் உள்ளம் கொந்தளித்துக் கொண்டுதான் இருந்தது.

'அம்மா, ஊருக்குப் போயிட்டு வர்றேன்!', என்றான் சந்திரன்.

'ஸ்டடி லீவுன்னு சொல்லிட்டு ஊருக்குக் கிளம்பிட்டே. இங்கே இருந்தாலாவது ஒழுங்காப் படிப்பே!'

'இல்லம்மா, வீட்ல இருந்து படிக்கத்தான் போறேன்', என்றவன், 'காவ்யா எங்கம்மா?'

'மெத்தைப்படியில பாரு!'

ஆறாவது படியில், முழங்கால்களின் மீது கைகளைக் கோர்த்து, அதன் மீது தலையைக் கவிழ்ந்தபடி உட்கார்ந்திருந்தாள் காவ்யா.

'காவ்யா!', என்றான், 'அம்மாகிட்டே படிக்கிறேன்னு சொல்லிட்டு வந்து படியில உட்கார்ந்து தூங்குறியா?'

அவள் பதில் பேசவில்லை.

நெருங்கி, 'காவ்யா!', என்றான்.

அவள் உடல் குலுங்கியது. விம்மி அழுதபடி நிமிர்ந்தாள். முகம் வீங்கியிருக்க, கண்கள் சிவந்துபோயிருந்தன.

'அம்மா!', என்றான் சத்தமாய்.

அவர் வர, 'காவ்யாவுக்கு என்ன ஆச்சு? திட்டுனீங்களா? அழுது அழுது முகமெல்லாம் வீங்கிப் போயிருக்கு பாருங்க!'

அவர் அலட்சியமாய், 'நீ வேற! அவ காலையில் இருந்தே இப்படித்தான் அழுதுட்டு இருக்கா'

'ஏம்மா?'

'நீ ஊருக்குப் போற இல்லே? வர பதினைந்து நாளாகுமே! அதுக்குத்தான் இந்த அழுகை!'

அவன் விக்கித்து நின்றான். என்ன செய்தாலும் இந்த அன்புக்கு ஈடாகாது என்பது மட்டும் நிச்சயமாய்த் தெரிந்தது.'

பதினைந்து நாள் கழித்து, அவன் அந்த வீட்டுக் கேட்டைத் திறந்தபோது, 'சந்தர்!', என்று மகிழ்ச்சியுடன் ஓடிவந்தாள் காவ்யா. அவனைக்

கண்ட மகிழ்ச்சியில் கையில் இருந்த புத்தகம் நழுவி விழுவதைக் கூட கவனிக்கும் மனநிலையில் அவள் இல்லை.

வேகமாய் ஓடிவந்து தன் முன்னே ஒரு குழந்தையின் பூரிப்புடன் நிற்கும் காவ்யாவையே வியப்புடன் பார்த்துக்கொண்டிருந்தான் சந்திரன். மாலை வெய்யில் அவள் மேனியெங்கும் மஞ்சள் நிறத்தைப் பூசிவிட்டிருந்தது. அவள் வேகமாய் ஓடி வந்ததால் உருவான வியர்வை முத்துக்கள் அந்த மஞ்சள் முகத்தில் மின்னி, மலர்களின் இதழ்களில் தேங்கி நிற்கும் பனிநீரை நினைவுபடுத்த, பூக்களின் ஏழு பருவங்களையும் ஒரே பெண்ணில் அமைத்த சிருஷ்டியின் விசித்திரத்தை எண்ணி வியந்து நின்றான் அவன்.

'என்ன ஸாரோட நினைப்பெல்லாம் எங்கே இருக்கு?', என்றாள் காவ்யா.

'ஒண்ணுமில்லை!', என்று சிரித்த சந்திரன், 'அம்மா எப்படி இருக்காங்க?'

சட்டென அந்த முகம் வாடியது.

'உங்களைப் பார்த்துட்டு எவ்வளவு பிரியமா ஓடி வர்றேன்! என்னைப் பற்றிக் கேட்கவே தோணலியா?'

அவன் திகைத்துப்போய், 'காவ்யா..', என்று ஆரம்பிக்க,

'பேசாதீங்க!', என்றபடி அவன் சூட்கேஸை எடுத்துக்கொண்டு நடக்க ஆரம்பித்தாள் அவள்.

இது ஒரு பொக்கிஷம். அணியக் கிடைக்காத அனிச்ச மலர் ஆரம். இதை வாழ் நாளெல்லாம் வாடிவிடாமல் பார்த்துக் கொள்ளும் ஒருவன் வாய்க்க வேண்டுமே என்று கவலையாய் இருந்தது.

இது யாருக்கும் கிடைக்காத அன்பு. அதன் மதிப்பை உணராமல் இழந்து விட்டோமே என்று தோன்றியது. இது ஒரு நிரந்தரமான பிரிவு. அதன் அருமை இழப்பில்தான் புரிகிறது. அந்த வலி கொடுமையானது. அவன் கண்கள் அவனையறியாமல் கலங்கின.

'இன்னும் தூங்கலியா?'

அந்தக் குரல் நரம்புகளில் ஊடுறுவ, திடுக்கிட்டு நிமிர்ந்தான் அவன்.

அவள் அவன் அருகே அமர்ந்து, 'என்னன்னே தெரியல. தூக்கமே வரல. உங்க மேல எனக்கு இருந்த கோபம் வருத்தம் எல்லாம் இப்ப இல்லை. யோசிச்சுப் பார்த்தா, அக்காகூட அன்னிக்கு விளையாட்டாய்ப்

பேசியிருப்பாங்கன்னுதான் தோணுது. ஆனா, ஏன் சந்தர் என்னால தூங்க முடியல? ஏதோ இனம் தெரியாத வேதனை வாட்டுது.'

'எனக்கும் அப்படித்தான் இருக்கு காவ்யா. நீ கூட கேட்டே! ஒரு கல்யாணப் பத்திரிகை கொடுக்காததற்கா இவ்வளவு கோபம், தீராத வெறுப்புன்னு. ஆனா, இப்பத்தான் தெரியுது, அது நீ என்னை விட்டுட்டு வேற யாரையோ கல்யாணம் பண்ணிக்கிட்டியேன்னு ஏமாற்றத்தில் வந்த கோபம்!'

அவள் அதிர்ந்துபோய்ப் பார்த்திருக்க,

'ஆமாம் காவ்யா. இப்ப விட்டா இதை என்னால எப்பவுமே சொல்ல முடியாது. என்னைக் கல்யாணம் பண்ணிக்கிறியா?'

அவள் கண்கள் கலங்கின.

'சந்தர், உங்களோட சின்னப் பிரிவைக்கூடத் தாங்க முடியாம கதறி அழுதிருக்கேன். அன்னிக்கு, உள்ள நான் படிச்சிட்டு இருக்கேன்னு அம்மா உங்ககிட்டே சொன்னாங்களே, அப்போ நான் அழுதுகிட்டுதான் இருந்தேன். அது காதலான்னு எனக்குத் தெரியல. ஆனா, இப்போ சொல்ற இந்த வார்த்தைகளை முன்னாடியே நீங்க சொல்லியிருந்தா, நான் ஓடி வந்திருப்பேன். இப்ப எல்லாமே முடிஞ்சு போச்சு. நான் படிச்சு

வேலைக்குப் போன பிறகுதான் கல்யாணம் என்ற என் நிபந்தனையை மதிச்சு எனக்காக இந்த ரெண்டு வருஷமும் ஒருத்தர் காத்திட்டு இருக்கார், அவர் நாளைக்கு பெண்கேட்டு வர்றார். அவரை ஏமாற்றுவது நியாயமா? நீங்களே சொல்லுங்க!'

அவன் மௌனமாய் இருக்க,

'தயவுசெய்து கண்ணைத் துடைங்க. என்னால தாங்க முடியாது. அப்புறம் நான் கதறி அழுதுடுவேன். எல்லோரும் எழுந்திருச்சிடுவாங்க'

'நீ நல்லா, சந்தோஷமா இருக்கணும் காவ்யா', என்றான் அவன்.

'உங்களுக்கும் உங்களைப் புரிஞ்சுக்கிட்ட பெண் சீக்கிரம் கிடைப்பா. நேரமாச்சு. திண்டுக்கல் வரப்போகுது. பிரண்ட்ஸ் தேடுவாங்க', என்றபடி எழுந்த காவ்யா, 'என்னைக் கூப்பிட அம்மாவும் தருணும் ஸ்டேஷனுக்கு வருவாங்க. அதுவரை தூங்காம இருக்காதீங்க. ரெஸ்ட் எடுங்க!'

அவள் போவதையே பார்த்துக்கொண்டிருந்தான் சந்திரன். இழப்பு உறுதியானபின், வேதனையின் உச்சத்தில் ஒரு விரக்தி ஏற்படுகிறது. மனது அந்தப் பக்குவத்தை சீக்கிரமே அடைந்து விடும் என்று தோன்றியது.

அந்த அதிகாலைப் பொழுதில், மதுரை ஜங்சனில் ஆட்கள் தங்கள் லக்கேஜ்களுடன் இறங்க வசதியாய் ஓரமாய் ஒதுங்கி நின்றுவிட்டு வாசலுக்கு வந்த சந்திரனுக்கு ஆச்சர்யம் காத்திருந்தது.

'அம்மா நீங்களா?', என்று வியப்புடன் கேட்டபடி கீழே இறங்கியவன், தருணின் கைகளைப் பிடித்து, 'ரெண்டு வருஷத்தில நல்லா வளர்ந்திட்டியே!'

'நீ எப்படிப்பா இருக்கே?'

'நல்லா இருக்கேம்மா!', என்றவன், 'காவ்யா அந்தக் கதவு வழியே இறங்குவா!'

'நாங்க காவ்யாவைக் கூப்பிட வரல. உன்னைப் பார்க்கத்தான் வந்தோம்', என்ற அம்மா, 'காவ்யா போன்ல எல்லாம் சொன்னா. அவ அப்பாகிட்டேயும் பேசிட்டாளாம்'

அவன் புரியாமல் நின்றான்.,

தோழிகளை அனுப்பிவிட்டு துள்ளலுடன் அவர்களை நெருங்கிய காவ்யா, 'என்னம்மா உன் தம்பி என்ன சொல்றார்? சொல்லிட்டியா?'

அவர் தலையாட்ட,

130

'பாவம்! இன்னிக்கு மாப்பிள்ளை வீட்டுக்காரங்க வர்றாங்கன்னு சொன்னேன். அந்த அதிர்ச்சியில் இருந்து இன்னும் மீளல போலருக்கு!'

'அடி பாவி! யார் அந்த மாப்பிள்ளை?', என்றார் அம்மா வியப்புடன்.

'ரெண்டு வருஷத்துக்கு முன்னாடி நீ இவர்கிட்டே சொன்னியே, அதே கற்பனை மாப்பிள்ளைதான்!'

'இது ரொம்பக் கொடுமைடி!'

'இந்த ரெண்டு வருஷத்தில எத்தனை இராத்திரி நான் தூங்காம அழுதிருப்பேன்? ஒருநாள் ராத்திரியாவது கஷ்டப்படட்டுமே', என்றவள், தருணை நெருங்கி, 'உங்க அத்தானை வீட்டுக்கு வந்திட்டுப் போகச் சொல்லுடா'

'இல்லம்மா. நான் போய் அப்பா, அம்மா, அக்காவைக் கூட்டிக்கிட்டு ஒரு நல்ல நாள்ல வர்றேன்!', என்றான் சந்திரன் புன்னகையுடன்.

$$$$$$$$$$$$$$$$$$$$$$$$$$$

சிறகு விரிக்கும் உறவு

அதிகாலையிலேயே எழுந்து புறப்பட்ட என்னை வியப்புடன் பார்த்த வித்யா, "அய்யா என்ன, எங்கேயோ அவசரமாய்ப் புறப்படுற மாதிரி இருக்கு?', என்றாள் புன்னகையுடன்.

'கொஞ்சம் சுசிந்தரம் வரை போயிட்டு வர்றேன் வித்யா!'

'என்ன ஆச்சு? ராத்திரி வரை போகலைன்னு சொல்லிட்டு இருந்தீங்க?'

'என்னவோ தெரியல! நைட்டெல்லாம் தூக்கமே வரல. மனசே சரியில்லை. அக்காவைப் பார்த்திட்டு வரலாம்னு நினைக்கிறேன்'.

'நானும் வரட்டுமா? அக்காவைப் பார்த்து ரொம்ப நாளாச்சு!'

'இப்ப வேணாம் வித்யா. சுசிந்தரம் போய் பங்ஷன் முடிச்சு நாகர்கோயில் போயிட்டுத் திரும்ப ரொம்ப லேட் ஆயிடும். நாம இன்னொரு நாளைக்குப் போகலாம்'

'அதுவும் சரிதான்!', என்றாள் தன்னையே சமாதானப் படுத்திக் கொண்டு, 'பிள்ளைங்க, பேரன் பேத்தின்னு எல்லாம் ஒண்ணா வந்திருப்பாங்க. இந்த நேரத்தில நம்மோட பேசக்கூட அவங்களுக்கு நேரம் இருக்காது'

நான் சிரித்தபடி தலையாட்ட,

'அக்காகிட்டே நான் சொன்னதாச் சொல்லுங்க. இத்தனை நாளும், அவங்க நம்ம வீட்டுக்கு எப்ப வந்தாலும் வேலையிருக்குன்னு சொல்லிட்டு உடனே ஓடிடுவாங்க. இப்பத்தான் எல்லாக் கடமையும் முடிஞ்சு போச்சே! நம்ம கூட கொஞ்ச நாளைக்கு வந்து இருக்கச் சொல்லுங்க!'

'சொல்லிப் பார்க்கிறேன்! ஆனா, உனக்கு அக்காவைப் பற்றித் தெரியாதா? எதிலும் இறுதி முடிவு அவங்கதானே எடுப்பாங்க?', என்றேன். அக்காவுக்கும் எனக்கும் பத்து வருட வித்தியாசம். அக்கா பெரியப்பாவுக்கு ஒரே பெண் என்பதால் நிறைய செல்லம். அக்கா வளர வளர அந்த வீட்டில் அக்காவைக் கேட்காமல் எந்த முடிவும் எடுக்க மாட்டார்கள் என்ற நிலை உருவாகி விட்டது.

சிறுவயதிலேயே அக்காவின் அழகும், துறுதுறுப்பும் சாதுர்யமும் எல்லோருக்கும் பிடித்துப் போயிற்றாம். நான் பிறந்த போது பெரியப்பா வீட்டுக்குப் பக்கத்தில்தான் குடியிருந்தோம்.

'உன்னோட அழுகைச் சத்தம் கேட்டா போதும், உடனே ஓடி வந்திடுவா!', என்று அம்மா அடிக்கடி சொல்லுவார்.

'சின்னம்மா, இவனை அழவச்சு வேடிக்கையா பார்த்திட்டு இருக்கே?'

'இப்பத்தாம்மா பால் கொடுத்துத் தூங்க வச்சேன். சும்மா, நொய் நொய்யின்னு கத்திட்டுக் கிடக்கு!'

'ம்.., அப்புறம் பிள்ளையின்னா சும்மாவா? நான் வீட்டுக்குத் தூக்கிட்டுப் போறேன். வேணும்ன்னா அங்கே வந்து வாங்கிக்க!'

இதைச் சொல்லும்போதெல்லாம் அம்மாவின் முகத்தில் பெருமையும் பூரிப்பும் நிரம்பி வழியும்.

'அப்பவே ஒரு முடிவுக்கு வந்துட்டேன் சந்திரா. நானே இல்லாட்டாலும் கவிதா உன்னைத் தான் பெற்ற பிள்ளையாவே பார்த்துப்பா என்ற நம்பிக்கை உண்டாயிடுச்சு.'

அக்காவின் படிப்பு எஸ்.எஸ்.எல்.ஸி.யோடு முடிந்துவிட்டாலும் அவள் கைகளில் எப்போதும் புத்தகங்கள் தவழ்ந்து கொண்டே இருந்தன. ஒரு சின்ன டிரான்சிஸ்டரில் எந்த நேரமும் ரேடியோ சிலோன் ஒலித்துக் கொண்டே இருந்தது. அக்காவின் எழிலும், கம்பீரமும், தீர்க்கமான சொல்லாடலும் அனைவரையும் கவர்ந்தாலும், அவளுக்கு மாப்பிள்ளை பார்க்கும் கவலை பெரியப்பாவுக்கு ரொம்ப நாள் இருந்துகொண்டே இருந்தது. அவளை இரசித்தவர்கள் கூட, மணம் புரியப் பயந்தார்கள். அவள் மனம் நோகாமல் பார்த்துக் கொள்ளும் ஒருவன் கிடைப்பானா என்ற அவநம்பிக்கையில், அவளுக்கு மணம் முடித்து வேறு இடத்துக்கு அனுப்பவே பெரியப்பாவுக்கு இஷ்டமில்லை. வீட்டோடு மாப்பிள்ளையாய் வரச் சம்மதித்து வந்த சிலரையும் அக்கா நிராகரித்தாள். பள்ளிக்கூடம் விட்டதுமே வீட்டுக்கு ஓடிவந்து பையை வீசிவிட்டு, அக்காவிடம் போய்விடுவேன்.

ஒவ்வொரு நாளும் மாலை வேளையில் என்னை
அழைத்துக் கொண்டு குறுக்குத்துறை
கோவிலுக்குப் போவாள் அக்கா. அந்தக்
கோவிலில்தான் நான் அவரைச் சந்தித்தேன்.
அக்கா தன் தோழிகளோடு பிரகாரத்தை வலம் வர
ஆரம்பிக்க, படித்துறையில் அமர்ந்தபடி பொங்கி
வழியும் தாமிரபரணியை வேடிக்கை பார்த்துக்
கொடிருந்த என் அருகே அமர்ந்தவர், 'தம்பி!',
என்றார் மென்மையாய்.

கவனம் கலைய, திரும்பி, 'என்னையா?'

ஆமாம் என்பது போலத் தலையாட்டினார், 'நான்
உன் பிரண்ட் நெல்லையப்பனோட அண்ணன்'

'தெரியும். பார்த்திருக்கேன்'

'உன் அக்காகிட்டே ஒரு விஷயம் சொல்லணும்.
எப்பவும் தோழிக கூடவே இருக்கா. ஒரு லெட்டர்
தர்றேன் கொடுத்திடுறியா?'

'என்ன லெட்டர்?', என்றேன் புரியாமல்.

'அக்காகிட்டே கொடு. அவளுக்குத் தெரியும்!',
என்றார் அவர்.

அக்காவின் முகத்தில் அன்னிக்குத்தான் கடும்
கோபத்தைப் பார்த்தேன்.

'முட்டாள்!', என்றாள், 'எவன் என்ன கொடுத்தாலும்
வாங்கிட்டு வந்திடுவியா?'

என்ன தவறு செய்தேன் என்பது புரியாததால்
விழித்தபடி நின்றேன்.

'அந்த ஆள் எங்கே இருக்கான்?'

'கோயில்லதான்!'

'வா!', என்றாள்.

குருவித்துறை முருகன் கோவிலில் இன்னும் கூட்டம் இருந்தது. கோவிலுக்கு முன்னால் தடுப்புச் சுவரில் அமர்ந்து, நதிநீரில் கால்களை ஆட்டியபடி ஒரு புத்தகத்தைப் படித்துக் கொண்டிருந்தவரை நெருங்கிய அக்கா, 'ஹலோ!', என்றாள்.

அந்த வார்த்தையால் உலுப்பப்பட்டுத் திரும்பியவர் எங்களைக் கண்டதும் திடுக்கிட்டு எழுந்து நின்றார். அவர் பார்வை என்மேல் விழுந்தது.

'இதெல்லாம் என்ன?', என்றாள் அக்கா அவரை நேரிடையாய்ப் பார்த்து.

'எதுங்க?'

'நானும் பார்த்துக்கிட்டுத்தான் வர்றேன். ஒரு வாரமா நான் எங்கே போனாலும் பின்னாடியே வர்றீங்க'

அவர் மௌனமாய்த் தலைகுனிந்தபடி, யாராவது கவனித்து விடுவார்களோ என்று கவலைப் பட்டுக் கொண்டிருந்தார்.

அவள் தன் கையில் இருந்த கடிதத்தை நீட்டி, 'இது என்ன?'

அவர் தயங்கி, 'உங்களை எனக்குப் பிடிச்சிருக்கு'

'அப்படின்னா வீட்ல வந்துல்ல பொண்ணு கேட்கணும்?'

'அதில்லை. ஏற்கனவே பெண் கேட்டு வந்த ரொம்பப் பேரை நீங்க வேண்டாம்னு சொல்லிட்டிங்களாம். அதுதான் என்னை

உங்களுக்குப் பிடிச்சிருக்கான்னு முதல்லயே கேட்கலாம்னு தோணுச்சு'

'அதுக்காக? ஒரு சின்னப்பிள்ளைகிட்டே லெட்டர் எழுதிக் கொடுத்து விடுறது உங்களுக்கே கேவலமாய்த் தெரியலே? படிச்சிருந்தா மட்டும் போதாது. அறிவு வேணும்!', என்றபடி அந்தக் கடிதத்தைக் கிழித்து எறிந்தவள், 'நீ வாடா!', என்று என் கையைப் பற்றி இழுத்துக்கொண்டு கோபமாய் நடந்தாள்.

சற்று நேரம் அமைதியாய் நடந்தவள், பாலத்துக்கு மேல் வந்ததும் நின்று திரும்பி, 'என்னடா பேச்சையே காணோம்? கோபமா?'

'அது ஒண்ணும் இல்லை!'

'அதான் மூஞ்சியைப் பார்த்தாலே தெரியுதே!'

நான் தயக்கத்துடன், 'அந்த ஆளைப் பார்த்தா பாவமா இருக்கு அக்கா!'

'உனக்கென்னடா தெரியும்? நீ சின்னப் பையன். விவரம் தெரியாமப் பேசாதே!'

'அவர் உன்னைக் கல்யாணம் பண்ணிக்கிறேன்னுதானே சொல்றார்?'

சட்டென அவள் முகம் மாறியது. சிறிது நேரம் திகைத்தபடி நின்றவள், செல்லமாய் என் தலை முடியைப் பிடித்து ஆட்டியபடி, 'சரியான கோட்டிக்காரன்டா நீ!', என்றாள்.

அதன் பிறகு அவரைப் பார்க்கவே முடியாது என்றுதான் நினைத்தேன். ஆனால், மறுநாள்

நாங்கள் கோவிலுக்குப் போனபோது அதே
இடத்தில் அவர் உட்கார்ந்திருந்தார்.

நான் சட்டென நின்றுவிட்டதை உணர்ந்த அக்கா,
'என்னடா?', என்று திரும்பினாள்.

என் பார்வை போன திக்கில் திரும்பியவள்,
அவரை நெருங்கி, 'ஹலோ!', என்றாள்.

அவர் முகம் வெளுத்துப் போனது. பயத்தில்
ஆற்றுக்குள் குதித்து விடுவாரோ என்று
நினைத்தேன்.

'நேற்று கொஞ்சம் கோபமாய்ப் பேசிட்டேன். ஸாரி!',
என்றாள்.

'பரவாயில்லைங்க. நான் செஞ்சதும் தப்புதானே?'
'நீங்க?'

'விவேகானந்தன். சொந்த ஊர் நாகர்கோயில்.
இவன் பிரண்ட் நெல்லையப்பனுக்கு அண்ணன்
முறை. எம்.காம் படிச்சிட்டு திருவனந்தபுரத்தில
ஒரு கம்பெனியில ஆடிட்டரா இருக்கேன். அப்பா
இல்லை. அம்மா என் கூட இருக்காங்க!'

'பயோடேட்டா போதும்!', என்ற அக்கா, 'என்னைப்
பற்றி உங்களுக்கு என்ன தெரியும்?'

'வீட்டுக்கு ஒரே பெண். அப்பா அம்மாவை தனியே
விட்டுட்டுப் போகணுமே என்கிற கவலையில வர்ற
வரனையெல்லாம் தட்டிக் கழிக்கிறீங்க. செய்யுறது
தப்புன்னு தோணுச்சுன்னா, தட்டிக் கேட்கத்
தயங்கமாட்டீங்க. சந்திரன் உங்க தம்பி. பெற்ற
பிள்ளையா நினைக்கிறீங்க. உங்க அளவுக்கு உங்க

அப்பா, அம்மா, தம்பி மேல பாசம் வைக்கிற
மாப்பிள்ளையாய்த் தேடுறீங்க'
அக்கா வியப்புடன் நிற்க,
'இனி எனக்கு நீங்க வேற என் அம்மா வேற
இல்லை. எல்லோரும் ஒண்ணா ஒரே இடத்தில
இருக்கலாம்', என்றவர், 'இப்ப சொல்லு! என்னை
உனக்குப் பிடிச்சிருக்கா?'
முதல் முறையாக அக்காவின் முகத்தில்
புன்முறுவல் படர்ந்தது.
என் தலைமுடியைப் பிடித்து செல்லமாய்
ஆட்டியபடி, 'நீ சொல்லு! இவரை உனக்குப்
பிடிச்சிருக்காடா?', என்றாள்.
'ரொம்பப் பிடிச்சிருக்கு!', என்றேன் நான்.
அத்தான் எங்கள் மீது வைத்திருந்த பாசம்
கடைசிவரை மாறவில்லை. அக்காவும் தன்
மாமியாரை அன்னைபோல் மதித்தார். எந்த
இடத்திலும், யாரும் அவள் தன் அத்தை மீது
எந்தக் குறையும் கூறிப் பார்த்திருக்க மாட்டார்கள்.
மாமியாரிடம் உண்மையான பாசமும் பரிவும்
காட்டும் மனைவி கிடைப்பது அபூர்வம். அது ஒரு
வரம். அப்படிப்பட்ட பெண்ணிடம் அடிமையாய்
வாழக்கூட ஆண்கள் வெட்கப்படுவதில்லை.
அக்கா எவ்வளவோ வற்புறுத்தியும் அப்பா என்னை
அவர்களோடு அனுப்பவில்லை. ஆனாலும் என்
விடுமுறை தினங்கள் எல்லாம் அக்கா
வீட்டில்தான் கழிந்தன. அக்காவுக்கு மூன்று
பையன்கள். இரண்டு பெண்கள். இருந்தாலும்,

எல்லோரும் என்னை அவர்களது மூத்த மகனாகவே பாவித்தார்கள்.

அத்தை, பெரியப்பா, பெரியம்மா என்று அடுத்தடுத்து அந்த வீட்டில் நடந்த மரணங்கள் அக்காவை பெருமளவு பாதித்தது. அவ்வளவு துயரத்தையும் மறைத்துக் கொண்டு, எல்லா வேலைகளையும் அவளே இழுத்துப் போட்டுக்கொண்டு செய்தாள். காலத்தின் பெரிய கொடை மறதி. மறதி எல்லா மனவேதனைக்கும் மருந்தாகிறது. குழந்தைகள் வளர்ப்பில் கவனம் மாற, அக்காவின் கவலைகள் படிப்படியாய்க் குறையத் தொடங்கின.

எனக்கு இண்டர்வியூ திருவனந்தபுரத்தில்தான் இருந்தது.

என்னைப் பார்த்ததுமே, 'கவி, உன் சத்புத்திரன் வந்திட்டான். இனி நாங்க யாருமே உன் கண்ணுக்குத் தெரியமாட்டோமே?', என்றார் அத்தான்.

'சரி, சரி! மச மசன்னு நிற்காம, வேலையைப் பாருங்க'

'சந்திரனுக்கு கோலான்னா பிடிக்கும். அதுக்காக கொத்துக்கறி வாங்கிட்டு வரணும். அதானே?'

'அதுமட்டுமில்லை! ஆபீஸுக்கு லீவு போட்டுட்டு பத்மநாத ஸ்வாமி கோவிலுக்குக் கூட்டிட்டுப் போங்க. முதன்முதலில் இண்டர்வியூவுக்கு வந்திருக்கான். அங்கே கூடவே நீங்களும்

இருந்து இன்டர்வியூ முடிஞ்சதும் சாப்பிடக்
கூட்டிட்டு வந்திடுங்க!'

'ஒரு முக்கியமான என்குயரி கவி. கிளையண்டை
இன்கம்டாக்ஸ் ஆபீஸுக்கு வரச்
சொல்லியிருக்கேன்', என்றார் அத்தான்
தயங்கியபடி.

'பரவாயில்லை. நீங்க போகாட்டி அவனுக்கு
நல்லதுதான். பைனைக் கொஞ்சம் குறைச்சுத்தான்
போடுவாங்க!', என்றாள் அக்கா.

அந்த ஆபீஸுக்கு முன் இறங்கிக் கொண்டு, நீங்க
உங்க வேலையை முடிச்சிட்டு வாங்க அத்தான்.
நான் வெயிட் பண்ணுறேன்', என்றேன்.

'உங்க அக்கா?', என்றார் தயங்கி.

'இன்டர்வியூ முடியும்வரை கூடவே
இருந்தீங்கன்னு சொல்லிடுறேன். எப்படித்
தெரியும்?'

தெரிந்து விட்டது.

'என்ன, முகத்தைப் பார்த்து பேச மாட்டேங்கிறீங்க
என்ன தப்பு பண்ணிட்டு வந்திருக்கீங்க?'

'ஒண்ணுமில்லை!', என்றேன்.

'இல்லையே, நீங்க சொல்லுங்க!'

அவர் முழுவதும் சொல்லி, 'இவன்தான் கவி
சமாளிச்சுக்கலாம்னு சொன்னான்'

'அதுதான் உங்களுக்குப் பொய் சொல்லவே வரதே!
வீணா ஏன் டிரை பண்ணுறீங்க?', என்றவள், என்
பக்கம் திரும்பி, 'வளர்ப்பு சரியில்லைடா! உன்னை

சித்தப்பா, சின்னம்மாகிட்டே விட்டுட்டு வந்ததே தப்பு!'

அக்கா முயற்சியில்தான் எங்கள் கல்யாணமே நடந்தது.

'அப்புறம் பெத்தவங்கன்னு நாங்க எதுக்கு இருக்கோம்?', என்றார் அம்மா.

'எனக்கு நீங்களா மாப்பிள்ளை பார்த்தீங்க? நான் சொன்ன மாப்பிள்ளையை கட்டி வைக்கலே? சந்தோஷமாய்த்தானே இருக்கேன்'

'ஆனாலும், அவங்க யார்னு கூடத் தெரியல'

'வித்யா மாதிரி அழகு, குணம் நிறைஞ்ச பொண்ணு நீங்க ஊர் ஊராய்த் தேடினாக் கூடக் கிடைக்க மாட்டா! மதுரையில நான் அவங்க வீட்டுக்குப் போயிருக்கேன். நல்ல குடும்பம். வேறென்ன வேணும்?'

அக்காவுடன் பேசும்போதெல்லாம், எப்போதும் கடைசியாய் சொல்லும் வார்த்தைகளைத்தான் அப்பா அன்றைக்கும் சொன்னார்.

'நீயே சொல்றபோது வேற என்னம்மா! உன் இஷ்டப்படியே நடக்கட்டும்!'

திருமணம் முடிந்ததும், பிள்ளைகளை அத்தானோடு அனுப்பிவிட்டு, ஒருவாரம் இருந்து எங்களை திருவனந்தபுரம் கூட்டிப் போனாள். ஆலப்புழா போட் ஹவுஸில் இருக்கும்போதுதான் அக்கா அந்த வரைபடத்தைக் காட்டினாள்.

'நல்லா இருக்குக்கா! இது?'

142

'நாகர்கோயில்ல புதுசா இடம்
வாங்கியிருக்கோம்ல. அதில கட்டப் போறோம்'
'இது உன் அக்காவோட கனவு இல்லம் சந்திரா!.',
என்றார் அத்தான், 'மாறி மாறி திருத்தம் சொல்லி,
பாவம், அந்த ஆர்க்கிடெக்டே திணறிப் போயிட்டார்'
'இருந்தாலும், நீ ஒரு சிவில் இஞ்சினீயராச்சே! நீ
நல்லா இருக்குன்னு சொன்னா வேலையை
ஆரம்பிச்சிடலாம்!'
அந்த எலிவேஷன் இப்போது என் கண்ணெதிரே
எழுந்து நின்றது.
'உள்ள வாங்க மாமா!', என்றான் பத்மநாபன்.
சுசிந்தரம் ஸ்ரீ தாணுமாலயன் கோவிலில் நடந்த
தன் பேரனின் காதுகுத்து விழாவுக்கு
வந்தவர்களுக்கு இங்கேதான் விருந்து ஏற்பாடு
செய்திருந்தான் பத்மநாபன். விருந்தினர்கள்
கிளம்பிப் போனதும், 'எல்லோரும் இந்த வீட்ல
ஒண்ணாதான் இருக்கீங்களா?', என்றேன்.
'இல்ல மாமா! மார்த்தாண்டன் இந்த வீட்ல
இருக்கான். நான் பெங்களூர்ல செட்டில்
ஆயிட்டேன்!'
'சந்தோஷம்! அதுசரி, அக்கா எங்கே இருக்கா?
மாடியிலேயா?'
அவன் தயங்கி, 'இல்ல மாமா, அம்மா பழைய
வீட்ல இருக்காங்க!'
'ஆச்சர்யமா இருக்கே! செங்கல் செங்கலாய் கூட
இருந்து கட்டின இந்த வீட்டை விட்டுட்டுப் போக

அக்காவுக்கு எப்படி மனசு வந்துச்சு? அய்யப்பன்
அக்கா கூட இருக்காப்லயா?'

'இல்ல மாமா! அம்மா தனியே இருக்காங்க!',
என்றான் அய்யப்பன்.

'தனியாவா?', என்றேன் திடுக்கிட்டு.

'தனியான்னா, தனியா இல்ல மாமா. துணைக்கு
கூடவே ஒரு பொண்ணு இருந்து பார்த்துக்கிறா'

'ஏன், அஞ்சு பிள்ளைங்கள்ல ஒருத்தரால கூட
அவளை கூட வச்சுக்க முடியலையா?'

மார்த்தாண்டன் பேசுவதற்கு முன்பே
முந்திக்கொண்ட அவன் மனைவி, 'மாமா
இறந்தபிறகு ரெண்டு வருஷம் இந்த வீட்ல
நாங்கதான் வச்சுப் பார்த்துக்கிட்டு இருந்தோம்.
நீங்களே சொல்லுங்க சித்தப்பா. அவங்களுக்கு
இவர் மட்டும்தான் பிறந்தாரா? இந்த வீட்டை
அத்தை எங்களுக்குக் கொடுத்திட்டாங்கன்னு
எல்லோரும் அவங்களோட சண்டை போட்டு
இதுக்கு ஈடா மத்த சொத்துகளை எழுதி
வாங்கினாங்க,இல்லே? அதேமாதிரி அத்தையையும்
பார்க்கட்டும். ஆளுக்கு ரெண்டு வருஷம் வச்சுப்
பார்த்திட்டு இங்கே அனுப்பச் சொல்லுங்க!'

'பெங்களுருக்கு கூப்பிட்டேன் மாமா. அம்மாதான்
இந்த ஊரை விட்டு வரமாட்டேன்னு சொல்றாங்க',
என்றான் பத்மநாபன் மெல்லிய குரலில்.

நான் அய்யப்பன் பக்கம் திரும்ப,

'மாமா, முதல்லயே நான் அம்மாகிட்டே இந்த
வீட்டைக் கொடுங்கன்னு கேட்டேன்.

கொடுத்திருந்தா, அவங்க சாகிறவரை இங்கேயே இருந்திருக்கலாம். இந்த மகன்தான் முக்கியம்னு அவனுக்குக் கொடுத்தாங்க!'

'அதுக்குப் பதிலாதான் சண்முகா நகர்ல இருக்கிற லயன் வீடுகளை எழுதி வாங்கிட்டிங்களே?, என்ற மார்த்தாண்டன் மனைவி, 'என்னங்க, சும்மா கேட்டுக்கிட்டே நிற்கிறீங்களே, சொல்லுங்க' அதைக் கவனிக்காதது போல, 'இப்ப நான் இருக்கிறது ஒரு வாடகை வீடு மாமா. ரெண்டாவது மாடி. லிப்ட் கூட கிடையாது'

'அப்ப, இவரு மட்டும் ஏமாளியா?'

'பத்மநாபா, என்னடா நடக்குது இங்க?', என்றேன்.

'அம்மா எல்லாச் சொத்துக்களையும் எல்லோருக்கும் பிரிச்சு எழுதிக் கொடுத்துட்டாங்க மாமா!'

'எல்லோருக்கும் எங்க கொடுத்தாங்க? ஆம்பிளைங்க மிரட்டி எழுதி வாங்கிக்கிட்டீங்க!', என்றாள் மூத்தவள் லலிதா, 'எங்க ரெண்டு பேருக்கும் என்ன கொடுத்தாங்க?'

'ஏன், போன வருஷம் அம்மாவைப் பார்க்க வர்றேன்னு சொல்லிக்கிட்டு அக்காவும் தங்கச்சியும் ரெண்டு பிஸ்கட் பாக்கெட்டுகளை வாங்கிட்டு வந்து, அவங்க பெட்டியில வச்சிருந்த எல்லா நகைகளையும் அள்ளிக்கிட்டுப் போனீங்களே, உங்க கல்யாணத்துக்குப் போட்டது, சீர் செஞ்சது, மாமாவுக்குக் கூடத் தெரியாம அத்தைகிட்டே

இரகசியமா புடுங்கினது எல்லாத்தையும் கணக்குப் பண்ணினா, அது எங்கேயோ போயிடும்!'

'இருங்க!, படிச்சவங்க மாதிரியா நடந்துக்கிறீங்க?', என்றேன் வேதனையுடன், 'லலிதா, நீ வீட்டுக்கு மூத்தவதானே? உனக்கு யாரும் சொல்லணுமா, என்ன?'

'எனக்கும் அம்மாவை வச்சுப் பார்க்க ஆசைதான் மாமா. மூத்தவளுக்கு இப்பதான் குழந்தை பிறந்து வீட்டுக்கு வந்திருக்கா. அம்மாவுக்கு சைனஸ் பிராப்ளம். சளி, இருமலோட பிறந்த குழந்தை கூட இருந்தா, இன்பெக்கூஷன் ஆயிடாதா?'

'லோகு?'

'ஏற்கனவே ஒரு கிழம் சாகமாட்டாம கிடக்கு மாமா!', என்றாள் இளையவள்.

'யாரும்மா?'

'என் மாமியார்தான். தக்கலையில கிடக்கு. அதை வீட்டுக்குக் கூட்டிட்டு வரணும்னு எங்க வீட்டுக்காரர் ரொம்ப நாளா சொல்லிக்கிட்டே இருக்கார். நான்தான் பாத்ரூம் வசதி இல்லை, அது இதுன்னு சாக்குப்போக்கு சொல்லிட்டு வர்றேன். இப்ப அம்மாவை நான் கூட்டிட்டுப் போனா, அவர் வீம்புக்கு அந்தப் பொம்பளையையும் அழைச்சிட்டு வந்திடுவார். என்னால மாரடிக்க முடியாது'

'புரியுது', என்றேன், 'அக்காவோட இந்த நிலைமைக்குக் காரணம் என்னன்னு இப்ப நல்லாப் புரியுது! அவ மட்டும் சொத்துக்களையும் நகைகளையும் தான் செத்த பிறகு பிரிச்சு

எடுத்துக்கங்கன்னு சொல்லியிருந்தா அவளை இப்படியா வச்சிருப்பீங்க?'

அவர்கள் திகைத்தபடி பார்த்திருக்க,

"லோகு அய்யப்பன் எல்லாம் அப்ப குழந்தைங்க. மற்றவங்களுக்குத் தெரியுமே. அக்கா, தன்னைப் பெற்றவங்களை மட்டுமில்லாம, தன் மாமியாரையும் கடைசிவரை முகம் வாடாமப் பார்த்துக்கிட்டா. இப்ப அவளுக்கே இந்தக் கதின்னா...!', என்றவன், எழுந்து, 'எல்லோரும் நல்லாயிருங்க. நான் கிளம்புறேன். அக்கா எங்கே இருக்கா?'

'நான் கூட வரவா மாமா?', என்றான் பத்மநாபன்.

'யாரும் வேண்டாம். எனக்கு லிங்க் அனுப்பு. என் பிரண்டைக் கூட்டிட்டுப் போறேன்!', என்றேன்.

வீட்டின் வெளிப்புறமே அதன் தற்போதைய நிலையைச் சொன்னது. சுண்ணாம்பு மங்கியிருந்த சுவர்களில் விரிசல்கள் விழுந்திருந்தன. உச்சி மூலையின் விரிசல்களில் அரச மரக் கன்றுகள் முளைத்திருந்தன.

கதவைத் திறந்த பெண் இளமையில் இருந்தாள். 'நான் சந்திரன். திருநெல்வேலியில் இருந்து வர்றேன். கவிதா அக்கா இங்கதானே இருக்கா?'

அவள் முகம் சட்டென மலர்ந்தது. 'வாங்க, உள்ள வாங்க!', என்றபடி அவசரமாய் உள்ளே போய், படுத்திருந்த அக்காவின் ஆடைகளை சீர் செய்து, அவள் காதுகளில் ஏதோ சொல்ல,

கைகளை ஊன்றி, தடுமாறி எழுந்து உட்கார்ந்த அக்கா, 'சந்திரா, வாப்பா, காதுகுத்துக்கு வந்திருப்பியே, இன்னும் காணாமேன்னு இப்பக்கூட பாலாகிட்டே சொல்லிட்டு இருந்தேன்'

அக்கா உருக்குலைந்து போயிருந்தாள். எலும்பும் தோலுமாய்த் தெரியும் கையால் என கையைப் பிடித்து, 'உட்காரு!', என்றாள்.

முருகேசனை பாலா கொண்டு வந்து போட்ட நாற்காலியில் உட்காரவைத்து, அக்காவின் அருகே கட்டிலில் அமர்ந்து, நடுங்கும் அவள் கைகளைப் பற்றி, 'ஏக்கா, இப்படி ஆயிட்டே?', என்றேன் வேதனையுடன்.

'ஏண்டா, நல்லாத்தானே இருக்கேன்?'

'போக்கா! ஆளே அடையாளம் தெரியல!'

'வயசு என்ன அப்படியேவா இருக்கும்? உனக்குக் கூடத்தான் முடி எல்லாம் கொட்டிப்போச்சு. இன்னும் சின்னப்பிள்ளைங்கன்னே நினைச்சிட்டு இருக்கியா?', என்றவள், 'வித்யா எப்படி இருக்கா? அவளையும் கூட்டிட்டு வந்திருக்கலாம்ல!'

'அவளும் புறப்பட்டா. அடுத்த தடவை கூட்டிட்டுப் போறேன்னு சொல்லிட்டு வந்தேன்'

அவள் கண்களை இடுக்கி, 'உன் கூட வந்திருக்கிறது யாரு?'

'நம்ம முருகேசன்தான்'

'முருகேசனா? கண்ணு சரியாய்த் தெரியல. வெள்ளையாய் எதோ மறைக்குது', என்றவள், 'நீ எங்கப்பா இருக்க?'

148

'நாகர்கோயில்லதான் அக்கா!'

'இங்க இருந்துமாடா என்னைப் பார்க்க வரமாட்டேங்கிற?', என்றபடி, தலையணைக்கு அடியில் இருந்த ஒரு டப்பாவை எடுத்து, அதில் துளாவியபடி, 'கொஞ்சம் ரவையும் சீனியும் வாங்கிட்டு வர்றியா பாலா? சந்திரனுக்கு ரவைப் பணியாரம்னா ரொம்பப் பிடிக்கும்'

நான் முருகேசனைப் பார்க்க, 'நான் போய் வாங்கிட்டு வர்றேன் அக்கா!', என்றபடி எழுந்தான் அவன்.

'நீயும் போயிட்டு வாம்மா. வேற ஏதாவது வாங்கணும்னாலும் வாங்கிட்டு வா!', என்றேன் பாலாவிடம்.

அவர்கள் போனதும், 'ஏக்கா இப்படிப் பண்ணினே
', என்றேன் கண்கலங்க.

'என்ன பண்ணினேன்?'

'எல்லாச் சொத்துக்களையும் இப்படியா எழுதிக் கொடுப்பாங்க? '

'சொத்துகளை யாருக்காகச் சேர்க்கிறோம் சந்திரா? பிள்ளைகளுக்குத்தானே? அவங்களுக்கு ஒரு ஆபத்து, தேவைன்னு வரும்போது அதைக் கொடுக்காம, புதையலை பூதம் காக்கிற மாதிரி நானே வச்சிக்கிட்டு இருக்கணும்னு சொல்றியா?'

'இப்ப நீ?'

'எனக்கென்ன? எல்லாப் பிள்ளைகளும் வந்து எங்ககூட இருங்கன்னுதான் சொல்லுதுங்க. எனக்குத்தான் அடிக்கடி முடியாம போகுது.

நம்மால யாருக்கும் சிரமம் வேண்டாம் பாரு!',
என்றவள், 'லலிதா அவ பேத்தியைக் கூட்டிட்டு
வந்திருக்காளா?'
'ஆமாக்கா!'
'என்ன பேரு வச்சிருக்காளாம்? என் பேரா?'
'தெரியலக்கா!'
'என்னடா இப்படி பட்டும் படாம இருக்க?
எல்லோரையும் விவரம் தெரியாத பிள்ளைங்களா
வளர்த்திட்டேன். நீ தாம்ப்பா அவங்களைப்
பொறுப்பா பார்த்துக்கணும்!'
'நீ பெத்த பிள்ளைங்களை விட்டுக் கொடுக்கவே
மாட்டியே?'
அவள் நடுங்கும் விரல்களால் என் முடியைப்
பிடித்து செல்லமாய் ஆட்டி, 'கோட்டிக்காரா!, ஏன்
அப்படிச் சொல்றே? எப்பவும் நீதாண்டா எனக்கு
மூத்த பிள்ளை'
'அப்படி ஒரு நினைப்பிருந்தா, இப்படி ஒரு
இடத்தில இருப்பியா நீ? எனக்குப் போன்
செய்திருந்தா நான் வந்து கூட்டிட்டுப்
போயிருப்பேன்ல?'
'நீ சென்னையில இருந்தே. இப்பத்தானே ரிடயர்
ஆகி வந்திருக்கே?' என்றாள்
'வித்யா உன்னைக் கூட்டிட்டு வரச்சொன்னா'
'இப்ப எப்படி வர்றது? பிள்ளைங்க எல்லாம் ஊரில்
இருந்து வந்திருக்காங்க. அவங்க என்னைப் பார்க்க
வரும்போது நான் வீட்டைப் பூட்டிட்டுப் போனா
நல்லாவா இருக்கும்?, என்றவள், 'நீ அடுத்த முறை

இங்க வரும்போது கூட வர்றேன். கண்ணுக்குக் காட்டணும். உனக்குச் சிரமம் வேணாம். அங்கே ஒரு ஆஸ்பத்திரியில இலவசமா கண் ஆபரேஷன் பண்ணுறாங்களாம். பாலா சொன்னா!'

நான் இடிந்துபோய், 'என்னக்கா இப்படிப் பேசுறே?', என்றேன் வேதனையுடன், 'நீ நம்ம வீட்டுக்கு வந்து இரு. மறுபடி உன்னைப் பழைய அக்காவா பார்க்கணும்!'

'அவள் வெறுமனே சிரித்தபடி, வாசலைப் பார்த்துவிட்டு, 'சந்திரா, பாலா என்னை நல்லாப் பார்த்துக்கிறா! ஆனா, அடிக்கடி கோபப்படுறா! என் மேலயும் தப்பு இருக்கு. ஆனா, அக்காவை அடிக்காதேன்னு மட்டும் சொல்லிட்டுப் போறியா?'

என் நரம்புகளுக்குள் திடீரென நெருப்பு பற்றிக் கொண்டது போன்ற உணர்ச்சி உண்டாக, 'அடிக்கிறாளா?', என்றேன் அதிர்ந்துபோய்.

'பாத்தியா, இதுக்குத்தான் சொல்ல வேண்டாம்னு நினைச்சேன். கோபமா எதுவும் பேசிடாதே. இவளை விட்டா வேற ஆள் கிடைக்காது'

அவர்கள் திரும்பி வந்ததும், அக்கா மாவைத் தயார் செய்ய ஆரம்பித்தாள். நான் எழுந்து, 'முகம் கழுவிட்டு வர்றேன்!', என்றேன்.

'பாலா, சந்திரனை கொல்லைக்குக் கூட்டிட்டுப் போயேன்!'

பின் பக்கம் கிணற்றைச் சுற்றி புதர் மண்டிப்போய் இருந்தது. பாலா நான் கேட்காமலே வாளியில் நீர இறைத்து ஒரு சட்டியில் நிரப்பினாள்.

'நீ என்னம்மா படிச்சிருக்கே?', என்றேன்.

'பிளஸ் டூ ஸார்! அதுக்கு மேல படிக்க வசதியில்லை! அம்மா இல்லை. அப்பா சம்பாதிக்கிற காசு எல்லாம் குடிக்கே போயிடுது. அய்யப்பன் ஸார் தான் இங்கே வேலைக்கு சேர்த்துவிட்டார்'

'உனக்கு அக்காவைப் பற்றி என்ன தெரியும் பாலா?'

அவள் மெளனமாய் இருக்க,

'திருவிதாங்கூரை ஆண்ட கெளரி லட்சுமி பாய் பற்றிப் படிச்சிருப்பே. அதே தைரியமும் விவேகமும் நிறைஞ்சவ அக்கா. ஸ்கூல் இல்லாத நேரங்களில் நான் எப்பவும் அக்காகூடத்தான் இருப்பேன்'

'சொன்னாங்க ஸார்!'

'அப்பல்லாம் நான் எதையும் யோசிக்கிறது இல்லை. அக்காவை யாராவது குறை சொன்னாப் போதும், பட்டுன்னு அறைஞ்சிடுவேன். இப்ப, வயசாயிடுச்சு. பழைய வேகம் இல்லை!'

அவள் தயங்கி, 'ஸார், சில நேரங்கள்ல அவங்க ஒன் பாத்ரூம், டூ பாத்ரூம் எல்லாம் கட்டில் மேலேயே போயிடுறாங்க. அந்தத் துணிகளை அலசி எனக்குப் பழக்கமில்லாததால கோபப்பட்டிருப்பேன். மன்னிச்சுக்கங்க'

'உனக்கு எவ்வளவு சம்பளம் கொடுக்குறாங்க?''

'மொத்தம் பத்தாயிரம் தர்றாங்க. அதிலதான், அம்மாவுக்கு சாப்பாடு, மாத்திரை, மருந்து

வாங்கணும். அம்மா அடிக்கடி பழங்கள் வேற கேட்கிறாங்க'

'இனி நீ எதுக்கும் கவலைப்பட வேணாம் பாலா. அவ்வப்போது முருகேசன் இங்கே வருவான். வேண்டியதை வாங்கிக்க. இன்னும் கொஞ்ச நாள்ல அக்காவை எங்க வீட்டுக்குக் கூட்டிட்டுப் போறேன். நீ விருப்பப்பட்டா, அங்கே வந்து அக்காவைக் கவனிச்சுக்கலாம். நாங்க உன்னை எங்க பொண்ணைப் போலப் பார்த்துக்குவோம்', என்றேன். அங்கேயே நேரமாகிவிட்டது. எனக்குக் கிளம்பவே மனதில்லை. அக்காதான், 'வித்யா தனியா இருப்பா, கிளம்பு கிளம்பு', என்று அவசரப்படுதினாள். நாங்கள் புறப்படும்வரை பாலாவின் தோளைப் பிடித்துக் கொண்டு அக்கா வாசலிலேயே நின்று கொண்டிருந்தாள். கார் நகர்ந்ததும் பக்கக் கண்ணாடி வழியே பார்த்தேன். அக்கா அங்கே இருந்து கையை ஆட்டிக் கொண்டிருந்தாள். அவளைத் தெளிவாகப் பார்க்க முடியாமல் கண்ணீர் மறைத்தது.

$$$$$$$$$$$$$$$$$

புனுகு மலை இளவரசி

வேந்தள சாம்ராஜ்ய சக்கரவர்த்தியின் ஒரே புதல்வனும், பட்டத்து இளவரசனுமான விசித்திரவர்மனின் சயன அறைக்குள் உரிமையுடன் புகுந்த ராஜ குரு பாவசத்ரு, 'புறப்பட்டுவிட்டாயா விசித்ரா?', என்றார் அன்புடன்.

விசித்திரவர்மன் அன்று பூண்டிருந்த உடை அவனை மேலும் அழகாகக் காட்டியது. அவன் கண்களில் பளிச்சிட்ட வீரமும், அங்கமெல்லாம் நிரம்பியிருக்கும் கம்பீரமும் என்றும்போல அவரை மகிழ்விக்கவே, 'மகிழ நாட்டுக்குப் புறப்பட்டுவிட்டாயா?', என்றார்.

ராஜகுருவைக் கண்டதும் அவனிடம் அதுவரை தென்பட்ட கம்பீரம் மாற, அவரை நெருங்கி, பாதம் பணிந்த விசித்திரவர்மன், 'அன்னையின் ஆணை ராஜகுரு!', என்றான்.

அவன் தோள்களைப் பற்றித் தூக்கி நிறுத்திய ராஜகுரு, அமைதியாய் அங்கிருந்த ஆசனம் ஒன்றில் அமர்ந்தபடி, 'வேந்தள நாட்டுக்கும் மகிழ நாட்டுக்கும் இடையே மண ஒப்பந்தம் உண்டாவது உவகை அளிக்கும் ஒன்றுதான்!', என்றார்.

'ஆனால், அது தங்களுக்கு முழு நிறைவு தரவில்லை போலிருக்கிறதே!', என்றான் விசித்திரன் இளநகையுடன்.

'உண்மைதான் விசித்ரா! உன் தந்தை தன் வீரத்தாலும், ராஜ தந்திரத்தாலும் உருவாக்கிய சாம்ராஜ்யம் இது! சக்கரவர்த்திக்குப் பயந்து நம் எதிரிகள் இதுவரை ஒளிந்து வாழ்ந்தார்கள். இப்போது நிலைமை கொஞ்சம் மாறியிருக்கிறது! சக்கவர்த்தியார் சிறிது காலமாய் உடல் நலிவுற்று இருக்கிறார். இது நம் எதிரிகளுக்கு கொஞ்சம் தைரியத்தை அளித்திருக்கிறது! அதனால்தான் விரைவில் உனக்கு பட்டம் சூட்டிவிட உன் தந்தை விரும்புகிறார்!'

'நம்மை எதிர்க்கத் துணிந்த எதிரிகள் யார் ராஜகுரு?'

'சீர்மதி தேசத்து மன்னன் குந்தளகேசி இருமுறை நம்மீது போர் தொடுத்து தோற்று ஓடியிருக்கிறான். இப்போது நம் ஆளுகைக்கு உட்பட்ட சிற்றசர்கள் சிலரையும் சேர்த்துக்கொண்டு, தக்க தருணம் பார்த்து வருவதாய் ஒற்றர்கள் சொல்லுகிறார்கள்!'

'யார் அந்த சிற்றசர்கள் ராஜகுரு?', என்றான் விசித்திரன் கோபத்துடன்.

'அது ஒரு பொருட்டல்ல விசித்ரா! இப்போது வீரத்தை விட விவேகம் தான் அவசியம்!'

'நீங்கள் என்ன சொல்ல வருகிறீர்கள் ராஜகுரு?'

சற்று நேரம் சிந்தனை வயப்பட்டு அமைதியாய் இருந்த ராஜகுரு, 'விசித்ரா, சீர்மதி தேச எல்லையில் இருப்பது நம் ஆளுகைக்கு உட்பட்ட போசள நாடு. அதன் சிற்றரசன் வீரகேசரி பராக்கிரமும் பேரறிவும் கொண்டவன். போசள நாட்டைச் சுற்றியிருக்கும் சிற்றசர்கள் பலர் அவனை ஆதரிப்பவர்கள். வீரகேசரி நம் நம்பிக்கைக்கு உரியவன்தான்!'

'உங்கள் ஐயம் என்ன ராஜகுரு?'

'வீரகேசரிக்கு ஒரு அழகான மகள் உண்டு! குந்தளகேசிக்கும் ஒரு மைந்தன் இருக்கிறான்!'

'நீங்கள் சொல்ல வருவது புரிகிறது ராஜகுரு!'

'அவர்கள் திருமணம் நடந்துவிட்டால், அது நம் தேசத்துக்கு பெரும் அச்சுறுத்தலாக மாறிவிடும்! அதைத் தடுப்பதற்கு ஒரு வழிதான் இருக்கிறது விசித்ரா!'

அவன் முகத்தில் கலக்கம் பரவ, 'ஆனால் ராஜகுரு!'

'அனைத்தும் அறிவேன் விசித்ரா! மகிழ குல இளவரசிக்கும் உனக்கும் உள்ள காதலையும் அறிவேன்! ஆனால், காதலை விடக் கடமை பெரிது! சக்கரவர்த்தியின் ஆசையும் அதுதான் விசித்ரா!'

கவலையும் குழப்பமும் மிக அவன் தலைகுனிந்து நிற்பது அவருக்குத் துயரத்தை அளித்ததால், ஆதரவாய் அவன் தோளைப் பற்றி, 'கலங்காதே வீரனே! வருங்கால பேரரசன் வீண் உணர்ச்சிகளுக்கு அடிமைப்பட்டு விடக்கூடாது!', என்றார்.

அவன் சட்டென தலை நிமிர்ந்து, 'நான் என்ன செய்ய வேண்டும் ராஜகுரு?', என்றான்.

'இவள்தான் போசள நாட்டு இளவரசி இளவழகி!', என்றார் ஒரு ஓவியத்தை அவன் முன் நீட்டி, 'பெயருக்கு ஏற்றார்போல பேரழகி மட்டுமல்ல! அவள் தந்தையைப் போல அறிவாற்றலும் உடையவள்!'

'வீரகேசரியைத் தொடர்பு கொண்டிர்களா?'

'அதில் ஒரு பிரச்னை இருக்கிறது குழந்தாய்! தான் நேசிக்கும் ஒருவனுக்குத்தான்

இளவழகி மாலையிடுவாளாம்! அவள் அன்பைப் பெற அநேக இளவரசர்கள் முயன்று வருவதாய்க் கேள்வி!'

'அந்தப் போட்டியில் நானும் பங்கு கொள்ள வேண்டுமாக்கும்?'

'இதில் தேச நலனும் இணைந்திருக்கிறது விசித்ரா!'

அவன் புன்னகையுடன், 'அந்த இளவரசி போசள அரண்மனையில்தான் இருக்கிறாளா?'

'இல்லை! போசள நாட்டு எல்லைக்கு உட்பட்ட புனுகு மலையில் காமன்கோட்டம் ஒன்று உள்ளது! அங்குதான் இளவரசி இளவழகி பலத்த காவலுடன் இருக்கிறாள்!', என்றார் ராஜகுரு.

$$$$$$$$$$$$$

வேந்தள சாம்ராஜ்யத்துக்குக் கட்டுப்பட்டதும், சீர்மதி நாட்டு எல்லையில் இருக்கும் சிற்றரசுகளில் ஒன்றானதும், அடர்ந்த பூவரசு மரங்கள் நிறையப் பெற்றதால் பூவரசு எனக் காரணப் பெயரால் அழைக்கப்படுவதுமான பூவரசு நாட்டின் அரண்மனை அந்தரங்க ஆலோசனைக் கூட்டத்தில் பெருத்த அமைதி நிலவியது.

'தென்னவா, உன் தந்தையைப் போல அறிவும் திறமையும் நிறையப் பெற்றவன் நீ!

ஆனால் என்ன, தீர்க்கமான முடிவை எடுக்கத்தான் சிரமப் படுகிறாய்!', என்றார் மகாராணி அன்பரசி மூதாட்டியார் சலிப்புடன்.

'தீர்க்கமான முடிவு நல்ல முடிவாகவும் இருக்க வேண்டாமா அன்னையே?', என்றான் தென்னவன்.

'மன்னா, இதைவிட நல்ல தருணம் வாய்க்காது!', என்றார் அமைச்சர், 'இன்னும் எவ்வளவு காலத்துக்குத்தான் வேந்தள நாட்டுக்கு அடிமைப்பட்டு கப்பம் கட்டிக்கொண்டு காலத்தைக் கழிப்பது? சீர்மதி மன்னன் நம் உதவியை நாடுகிறான்! அவனை ஆதரித்தால், பூவரசு நாடு சுதந்திர தேசமாய் மாறுமல்லவா?'

'சீர்மதி மன்னன் வேந்தள நாட்டிடம் தோற்று ஓடிய கதையை மறந்து விட்டீர்களா அமைச்சரே?'

'மறக்கவில்லை மன்னா! அப்போது வேந்தள நாடு அடைந்த வெற்றியில் நம் போன்ற சிற்றசுகளின் பங்கு மகத்தானது! இப்போது நிலைமை மாறியிருக்கிறது! பல சிற்றசர்கள் சீர்மதி மன்னனை ஆதரிக்கத் தயாராய் இருக்கிறார்கள்!'

'நம்ப முடியவில்லையே! பெரும்பாலான சிற்றசர்கள் போசள மன்னன் வீரகேசரியின் வழி நடப்பவர்களாயிற்றே!'

'சீர்மதி இளவரசனுக்கும், போசள ராஜகுமாரிக்கும் திருமணம் நடக்கப் போவதாய்க் கேள்வி மன்னா!'

தென்னவன் முகத்தில் குழப்பம் மறைந்து, அதிர்ச்சி பரவியது, 'அப்படி ஒரு மண ஒப்பந்தம் நிகழ்ந்தால், அது வேந்தள சாம்ராஜ்யத்தின் அடித்தளத்தையே அசைத்து விடுமே அமைச்சரே!'

'ஆமாம் மன்னா! இந்த நேரத்தில் தான் நாமும் புத்திசாலித்தனமாய்க் காய்களை நகற்ற வேண்டும்!'

தலையசைத்த தென்னவன், 'ஆனால், அந்த இளவரசி இதற்குச் சம்மதித்து விட்டாளா? அவள் ஒரு திமிர் பிடித்தவள் என்றல்லவா கேள்விப்பட்டேன்!'

'அதைப் பற்றி நமக்கென்ன கவலை மகனே?', என்றார் மகாராணி தேவியார்.

'இந்த விவரம் வேந்தள இளவரசன் விசித்திரவர்மனின் காதுகளை எட்ட வில்லையா, என்ன?'

'எட்டாமலா, வீரகேசரிக்கு ஓலை அனுப்பியிருக்கிறார்கள்?'

'வீரகேசரி என்ன பதில் சொன்னாராம்?'

'தன் மகளின் விருப்பமே தனது முடிவு என்று பணிவுடன் பதில் ஓலை ஒன்றை அனுப்பியிருக்கிறாராம்!'

'அருமை! அப்படியானால், போசள இளவரசியின் முடிவுதான் நம் முடிவையும் தீர்மானிக்கப் போகிறது!', என்ற தென்னவன், 'அதுவரை காத்திருக்கலாம் அமைச்சரே!'

அப்போது பணிவுடன் உள்ளே வந்த பணிப்பெண், 'சீர்மதி தேசத்தில் இருந்து ஒரு தூதுவன் வந்திருக்கிறான் மன்னா!', என்றாள்.

ஒரு கணம் சிந்தித்த தென்னவன், 'வரச்சொல்!', என்றான்.

தூதுவன் பணிவுடன் உள்ளே வந்து, அவர்களை வணங்கி, ஓலையைத் தர, விரித்துப் படித்த தென்னவன் முகம் மாறியது.

'ஆலோசனை செய்து பதில் அனுப்புகிறேன்! நீ செல்லலாம்!'

தூதுவன் சென்றதும்,

'என்ன விவரம் தென்னவா?', என்றார் மகாராணியார்.

அதற்கு நேரடியாப் பதில் கூறாமல், 'அமைச்சரே, போசள இளவரசி தற்போது எங்கே இருக்கிறாள்?', என்றான் தென்னவன்.

$$$$$$$$$$$$$$

பூவரசு, சீர்மதி நாடுகளின் எல்லையில் அமைந்திருப்பதும், அடர்ந்த மரங்களைக் கொண்டதும், இயல்பாகவே இனிய நறுமணம் நிறைந்திருப்பதால் புனுகுமலை என்று அழைக்கப்படுவதுமான அந்த மலை மீது அமைந்துள்ள காமன் கோட்டத்தில் வழிபாட்டுக்குச் செல்லும் வழியில் அருகில் இருந்த பொய்கையில் தோழிகளுடன் நீராடிவிட்டு, கரையில் இருந்த பெரிய செண்பக மரத்தடியில் வந்து நின்ற இளவழகி திடுக்கிட்டு நின்றாள் என்றால் அதற்கான காரணம் அவள் முன் நின்று கொண்டிருந்தது.

புரவியை விட்டு கீழே இறங்கி நின்றிருந்த அந்த வாலிபன், அவள் அதிர்ச்சியைக் கவனிக்காதது போல, 'புரவி நீர் அருந்த வேண்டும்! அருகே ஏதேனும் சுனை இருக்கிறதா பெண்ணே?', என்றான்.

அவனது அலட்சியமும் பேச்சும் அவள் கோபத்தைக் கூட்ட, 'யார் நீ?', என்றாள் கடுமையான குரலில்.

'என்னடா இது! போசள நாட்டில் நீர் அருந்துவதற்குக் கூட ஊர், பேர் எல்லாம் சொல்ல வேண்டியிருக்கிறது!'

'மரியாதையாகப் பேசு! இவர்கள் போசள இளவரசி இளவழகி!', என்றாள் ஒரு தோழி.

அவன் முகம் சட்டென மாற, 'மன்னித்துக் கொள்ளுங்கள் இளவரசி! தாங்கள் யாரென்று தெரியாமல் பேசிவிட்டேன்!'

'நீர் யார்?'

'என்னை பூவரசு நாட்டு மன்னன் என்று சொல்வார்கள் இளவரசி!', என்றான் பணிவு குறையாமல்.

இளவழகியின் கோபம் சற்றுக் குறைய, 'தென்னவ மன்னரா?, என்றாள்.

'என்னைத் தாங்கள் தெரிந்து வைத்திருப்பது என் பெரும் பாக்கியம் இளவரசி!'

'பூவரசு நாட்டு மன்னர், எங்கள் நாட்டுக்குள், தனியாக ஏன் வரவேண்டும்? அதுவும் பெண்கள் நீராடும் பொய்கை அருகே!'

'அது என் தவறில்லை இளவரசி!'

'பின், இந்தப் புரவியின் தவறா?'

'சரியாகச் சொன்னீர்கள்!', என்றான் சிலாகிக்கும் குரலில்.

'அதாவது, இந்தப் புரவி உங்களை இங்கே இழுத்து வந்துவிட்டது!'

'உண்மை!'

'ஒரு நாட்டின் மன்னர் நீங்கள்! ஒரு புரவியை அடக்க முடியவில்லை என்று சொல்லக் கேவலமாக இல்லையா?'

'என் பாட்டியார் சொல்வதைப் போலவே சொல்கிறீர்கள்!'

'உங்கள் பாட்டியார் என்ன சொல்லுவார்?'

'உன்னால் ஒரு புரவியையே அடக்க முடியவில்லையே! திருமணம் ஆனதும் மனைவிக்கு அடிமையாய்த்தான் வாழப் போகிறாய் என்று அடிக்கடி சொல்வார்!'

அவள் முகத்தில் தோன்றிய புன்னகையை மறைக்கத் தலை குனிந்தபடி, 'புரவி அழகாய் இருக்கிறது!', என்றாள்.

'உயர் ஜாதி அரபிக் குதிரை இது இளவரசி! சமீபத்தில்தான் தொண்டி துறைமுகத்தில் வந்து இறங்கியது. அதுதான் சண்டித்தனம் செய்கிறது!'

இளவழகி அந்தப் புரவியை நெருங்கி, அதன் முகத்தை அன்புடன் வருட, அது தன் தலையால் அவளை உரசியது.

'இவ்வளவு அமைதியாய் இருக்கிறதே! நான் ஏறிப் பார்க்கட்டுமா?', என்றாள் அவள்.

'இதை நம்பாதீர்கள் இளவரசி! அவ்வளவும் நடிப்பு! என்னாலேயே இதை அடக்க முடியவில்லை! நீங்களோ பெண்!'

'பெண் என்றால் இளக்காரமா?', என்றவள் சட்டென அப் புரவியின் மீது ஏறி அமர்ந்து அதன் முதுகில் தட்ட, அதுவோ, அப்போதுதான் நடை பயிலும் விலங்குபோல் சிறிது தொலைவு மெல்ல நடந்து, பின், தெறித்து ஓடியது.

'அய்யோ! இளவரசி!', என்று அலறினர் தோழியர்.

'அய்யோ! என் புரவி!', என்றான் தென்னவன்.

புரவி தறிகெட்டு ஓடினாலும், இளவழகி தைரியமாகவே இருந்தாள். என்னதான் புரவி வேகமாய் ஓடினாலும், அதன் ஓட்டத்தில் ஒரு சீர்

இருப்பதையும், அதிகமாய்க் குலுக்காமல் தன்னைக் கொண்டு செல்வதையும் கவனித்து, தென்னவன் சொன்னது போல அல்லாமல், இது நன்றாகப் பழக்கப்பட்ட புரவிதான் என்று அவளுக்குத் தோன்றியது.

அடர்ந்த மரங்களுக்கு இடையே லாவகமாக புகுந்தும், பாறைகளைத் தாண்டியும் பயணம் செய்த அப்புரவியின் கால் சட்டென இடற, அது நிலைதடுமாறி கீழே சரிந்தது. அதே நேரம் சுதாரித்து கீழே குதித்த இளவழகி, தன் படபடப்பைக் குறைக்க அருகில் இருந்த ஒரு மரத்தடியே அமர்ந்து அயர்வுடன் கண்களை மூடிக்கொண்டாள்.

அப்படியே எத்தனை நாழிகைகள் ஆனது என்று தெரியவில்லை, 'இளவரசி!', என்ற குரல் அவளை எழுப்ப, விழித்து, 'தென்னவ மன்னரா?', என்றாள்.

'தங்களுக்கு அடி ஒன்றுமில்லையே இளவரசி?', என்றான் தென்னவன் பரிவுடன்.

'இல்லை! சரியான நேரத்தில் குதித்துவிட்டேன்!'

அவன் புரவியை நெருங்கிப் பரிசோதித்து, 'காலில் அடிபட்டிருக்கிறது! இதோ வருகிறேன்!', என்று சென்றவன், சிறிது நேரத்தில் திரும்பி,

கொண்டுவந்த பச்சிலைகளை அரைத்து அதன் காலில் கட்டிட்டு, நிமிர்ந்து, 'இனி ஆபத்தில்லை இளவரசி!', என்றான் நிம்மதியாய்.

'நாம் எங்கே இருக்கிறோம்?', என்றாள் இளவழகி.

'நடுக்காட்டில்!', என்றவன், 'ஒரு காத தூரம் உங்கள் பின்னாலேயே ஓடிவந்திருக்கிறேன்! உங்களுக்கு ஏதாவது ஆபத்து வந்துவிடுமோ என்று பயந்து போயிருந்தேன்!'

'என் தோழிகள்?'

'அவர்கள் உங்கள் வீரர்களை அழைக்கப் போயிருக்கிறார்கள்!'

'பசிக்கிறது மன்னா!', என்றாள் சோர்வுடன்.

'அதற்காகத்தான் பச்சிலை பறிக்கப் போனபோது கொஞ்சம் கனிகளையும் கொய்து வந்திருக்கிறேன் இளவரசி!', என்றவன், மடியில் கட்டியிருந்த பழங்களை எடுத்து, அருகில் ஓடிக்கொண்டிருந்த நீரோடையில் அதைக் கழுவி அவளிடம் நீட்டினான்.

கடும் பசியில் இருந்த இளவழகி, அதை அவசரமாய் வாங்கி உண்டு, கொஞ்சம் தெம்பு வந்ததும், அவனை நோக்கி, 'உங்களுக்கு?', என்றாள்.

அவன் பதில் எதுவும் சொல்லாவிட்டாலும், அவன் பார்வை அவள் மீதே இருந்தது. நீராடிவிட்டு, ஆண்கள் யாரும் வரமாட்டார்கள் என்று அலட்சியமாய் அவள் உடுத்தியிருந்த ஆடையும், குதிரையில் இருந்து குதித்தபோது அங்கங்கே கிழிந்து போயிருந்தது. விரிந்த கூந்தல் முகத்தைச் சுற்றிப் படர்ந்திருக்க, கரு மேகங்களுக்கு இடையே நிலவு எட்டிப் பார்ப்பது இயல்புதானே என்று அவன் தனக்குள் சொல்லிக் கொண்டான். சாம்ராஜ்யத்தை விரிவாக்க இவளை மணக்கத் திட்டமிடும் சக்கரவர்த்தித் திருமகன், இவளை நேரில் பார்த்தால், இவளுக்காக அந்த சாம்ராஜ்யத்தையே துறக்க சித்தமாகி விடுவான் என்று தோன்றியது.

'என்ன என்னையே பார்க்கிறீர்கள்?', என்றாள் இளவழகி வெட்கத்துடன்.

'இளவரசி என்னை மன்னிக்க வேண்டும்!', என்றான் தென்னவன்.

'இதில் உங்கள் தவறு ஒன்றுமில்லையே! நீங்கள்தான் முன்பே எச்சரிக்கை செய்தீர்களே!'

'மன்னிப்பு கோருவது அதற்காக அல்ல!', என்ற தென்னவன், 'இதை உங்களிடம் எப்படிச் சொல்லுவது என்றே தெரியவில்லை! மறைக்கவும் மனதில்லை!'

'பூடகமாகவே பேசுகிறீர்கள் மன்னா!'

'சொல்கிறேன் இளவரசி! நான் தங்களை பொய்கைக்கு அருகில் சந்தித்தது, புரவியைப் பற்றிப் பேசி உங்களை அதன் மீது ஏறிப் பயணிக்கும் ஆசையை விதைத்தது எல்லாமே முன்பே திட்டமிடப்பட்டதுதான்!'

அவள் முகம் சட்டென மாற, 'என்ன சொல்கிறீர்கள்?'

'உங்களைக் கவர்ந்து வரும்படி என்னிடம் கோரினார்கள்!'

'யார்?'

'சீர்மதி மன்னரும், இளவரசரும்! இந்த விபத்து மட்டும் நடந்திராவிட்டால், இந்நேரம் இப்புரவி சீர்மதி நாட்டு எல்கையை அடைந்திருக்கும்!'

அவள் முகம் கோபத்தில் சிவந்தது. கையில் இருந்த கனிகளை வீசி எறிந்தபடி, 'எவ்வளவு பெரிய நம்பிக்கைத் துரோகம்! நம் எதிரி கரங்களில் என்னைச் சேர்க்க துரோகியாய் மாறியிருக்கிறார் பூவரசு நாட்டு மன்னர்! கேவலம்!'

அவன் தலை குனிந்தபடி இருக்க,

'உங்களைப் பற்றி உயர்வாய் நினைத்திருந்தேன் தென்னவரே!', என்றவள், 'இப் பணிக்காக நீங்கள் அடையப்போகும் பரிசு?'

'பூவரசு நாடு சுதந்திர தேசமாய் மாறும்!'

'அதற்கு நீர் வாளை அல்லவா நம்ப வேண்டும்!'

'என்னை மன்னித்துவிடுங்கள் இளவரசி!', என்றான் வேதனையுடன்.

'இப்போது மட்டும் இதை ஏன் என்னிடம் சொன்னீர்கள்?'

'தங்களைப் போல அழகும், தைரியமும் மிக்க பெண்ணை மணம் புரியும் தகுதி அவர்களுக்கு இல்லை என்று தோன்றுகிறது!'

'எப்போது முதல்?'

'தங்களைப் பார்த்தது முதல்! பழகியது முதல்!', என்றவன், 'என் தவறுக்கு மன்னிப்பே கிடையாது இளவரசி!'

சற்று நேரம் அமைதியாய் இருந்த இளவழகி, 'போனது போகட்டும்! யாரோ வரும் சத்தம் கேட்கிறது! எனது படைகளாய் இருக்கலாம்! நீங்கள் போய்விடுங்கள்!'

'இல்லை இளவரசி! அவர்கள் ஒருவேளை சீர்மதி வீரர்களாய் இருக்கலாம்! நீங்கள் புரவியில் ஏறிப் போய்விடுங்கள்!'

'இருவருமே போய்விடலாம்!'

'இருவரையும் ஏற்றிச் செல்லும் நிலையில் புரவி இல்லை ராஜகுமாரி!'

'சீர்மதி மன்னனுக்கு என்ன பதில் சொல்வீர்கள்?'

'முயற்சி பலன் அளிக்கவில்லை என்பேன்!'

'நம்புவார்களா? உங்களைச் சிறைப் பிடிக்கலாம்!'

'அது என் தவறுக்குக் கிடைத்த தண்டனையாய் ஏற்றுக்கொள்கிறேன்!'

'உங்கள் சுதந்திர தேசம்?'

'என்னைப் புண்படுத்தாதீர்கள் இளவரசி!', என்றான் வருத்தத்துடன்.

'நீங்கள் தனி மனிதர் இல்லை மன்னா! உங்கள் நாட்டு மக்கள் உங்களை நம்பியே இருக்கிறார்கள்! அவர்களுக்காவது நீங்கள் தப்பிச் செல்ல வேண்டியது அவசியம்!'

அப்போது ஆட்கள் வரும் சலசலப்பு பெரிதாக, ஒரு பாறையின் மேல் நின்று எட்டிப் பார்த்த தென்னவன், 'வேந்தள நாட்டு வீரர்கள்!', என்றான் அதிர்ந்துபோய்.

'சரியாய்ப் போயிற்று! முதலில் நீங்கள் வந்தீர்கள்! பின்னால் சீர்மதி வீரர்கள் வருவார்கள் என்றீர்கள்! இப்போது வேந்தள வீரர்கள்! இந்த லட்சணத்தில் இதற்கு பாதுகாக்கப்பட்ட பகுதி என்ற பெயர் வேற!', என்று சலித்துக்கொண்ட இளவரசி, 'வேந்தள நாடு நம் நட்பு நாடுதானே! இதற்கேன் இவ்வளவு அதிர்ச்சி?'

'சீர்மதி மன்னன் என்னிடம் உதவி கோரிய செய்தி அவர்களை எட்டியிருந்தால்..?'

'அதை நான் பார்த்துக்கொள்கிறேன்!', என்று இளவழகி சொல்லிக் கொண்டிருக்கும் போதே, வேந்தள நாட்டு வீரர்கள் அவர்களைச் சூழ, ஒரு கம்பீரமான வெண் புரவியில் இருந்து கீழே குதித்த வேந்தள இளவல், தரையில் சிதறிக் கிடக்கும் கனிகளையும் கவனித்து, 'வியப்பாயிருக்கிறது! தேடி வந்த மாங்கனி தெருவில் கிடக்கிறதே!', என்றான்.

'விருப்பமில்லா எதையும் வெறுத்து ஒதுக்குவது என் பழக்கம்!', என்றாள் இளவரசி.

'நல்ல பழக்கம்தான்! ஆனால், அரச குலத்தில் பிறந்த பெண்களுக்கு விருப்பு வெறுப்பு என்று எதுவும் இருக்கக் கூடாது இளவரசி!'

'அவர்களுக்கும் இதயம் இருக்கிறது!'

'அது நாட்டு நலனுக்காக மட்டுமே துடிக்க வேண்டும்!', என்ற விசித்திரவர்மன், 'வாருங்கள், போகலாம்!'

'எங்கே?'

'நமது அரண்மனைக்கு! வருங்காலத்தில் வேந்தள நாட்டு சிம்மாசனத்தை அலங்கரிக்க!'

'நன்றாய் இருக்கிறது! ஒரு சக்கரவர்த்தித் திருமகன் கவர்ந்து வர ஆள் அனுப்புகிறார்! இன்னொரு சக்கரவர்த்தித் திருமகன் சிறையெடுக்க நேரில் வருகிறார்!'

'சிறையெடுப்பது நம் காவியங்களில் உள்ளதுதானே இளவரசி!'

'அது ஒன்றுபட்ட மனதுடையவர் செய்யும் செயல்!'

'உங்கள் மனம் வேறிடத்தில் ஒன்றிவிட்டது போலிருக்கிறது!'

'அப்படியே வைத்துக் கொள்ளுங்கள் அரசே!'

'அந்த வீரன் யார்? இதோ நிற்கிறாரே, தென்னவ மன்னர், இவரிடமா?'

'ஏன் கூடாது? இவர் பெண்மையைப் போற்றுகிறார்! விலங்குகளிடம் கூட பரிவு காட்டுகிறார்! தவறு செய்தால், உணர்ந்து திருந்துகிறார்! கள்வரைப் போல பிறர் பொருளைக் கவரும் எண்ணம் இவரிடம் இல்லை!'

'நீங்கள் ஒரு முட்டாள் இளவரசி!'

'இளவரசே, நீங்கள் வரம்பு மீறிப் பேசுகிறீர்கள்!', என்ற தென்னவனை, 'கொஞ்சம் பொறுங்கள்!', என்று அடக்கிய இளவழகி, 'எப்படிச் சொல்கிறீர்கள் இளவரசே?', என்றாள்.

'சக்கரவர்த்தியின் திருக்குமாரர்கள் இருவர் உங்களை மணம் புரிய விரும்புகிறார்கள்!'

'ஆமாம்!'

'ஆனால், தங்கள் மனமோ, கேவலம் ஒரு சிற்றரசனை விரும்புகிறது!'

"பெரும் சாம்ராஜ்ய அரண்மனை அந்தப்புரங்களில் அலங்காரப் பதுமைகளாய்க் காட்சி அளிப்பதை விட, ஒரு சிற்றரசனின் இதய சிம்மாசனத்தில் வீற்றிருப்பதே எனக்குப் பிடிக்கிறது இளவரசே!'

'கடைசியாய் தங்கள் முடிவு?'

'சாம்ராஜ்யத்தை விரிவுபடுத்த உங்கள் வீரத்தைப் பிரயோகியுங்கள்! பெண்களை சதுரங்கக் காய்களாய் மாற்ற எண்ணாதீர்கள்!'

'இந்த முடிவு மாறாதா?'

'என் தந்தையே சொன்னாலும் மாறாது!'

'பெண்ணின் மனம் அடிக்கடி மாறக்கூடியது இளவரசி! நாளைக்கே ஒரு சக்கரவர்த்தியின் பட்டமகிஷியாகும் ஆசை உங்களுக்கு வரக்கூடும்!'

'நான் அப்படிப்பட்ட பெண் இல்லை இளவரசே! காமன்கோட்டத்தில் நான் வணங்கும் தெய்வத்தின் மீது ஆணையிட்டுச் சொல்கிறேன்! நான் வரித்த இந்த பூவரசு நாட்டு மன்னர் தென்னவனையே மணப்பேன்!'

'இப்போதே உங்களை அபகரித்துச் செல்ல என்னால் முடியும் பெண்ணே! முடிந்தால், தென்னவ மன்னர் என்னுடன் தனியே போர் புரிந்து உங்களை மீட்கட்டும்!'

சற்று நேரம் மௌனமாய் இருந்த இளவழகி, 'சக்கரவர்த்தியின் திருமகனே, உங்கள் வீரம் உலகறிந்தது! ஆனால், வாள் கொண்டு எந்நாளும் உங்களால் என் இதயத்தை அடைய முடியாது!', என்றாள் கலங்கிய குரலில்.

விசித்திரவர்மன் முகத்தில் புன்னகை படர்ந்தது.

'இளவழகி, விருப்பமில்லா எதையும் வெறுத்து ஒதுக்குவது உங்கள் வழக்கம்! ஆனால், அதை விரும்புவர்களுக்கு வழங்குவது என் பழக்கம்!', என்றபடி புரவியில் பாய்ந்து ஏறியவன், 'உங்கள் இருவருக்கும் என் வாழ்த்துக்கள்!', என்றான்.

அவன் கால்கள், தன்னை நெருங்கி அணைக்கும் பரிபாஷையைப் புரிந்து கொண்ட அப்புரவி, பாய்ந்து இறங்கியது.

$$$$$$$$$$$$$$$$$$$

வேந்தள நாட்டு பட்டத்து இளவரசன் விசித்திரவர்மனின் அறைக்குள் புகுந்த ராஜகுருவின் முகம் உணர்ச்சிகள் அற்ற கல்லாய் இருந்தது.

அவரைக் கண்டதும், விரைந்து வந்து பாதம் பணிந்த விசித்திரவர்மன், 'என்னை மன்னிக்க வேண்டும் குருநாதா! தங்கள் சொல்லை என்னால் காப்பாற்ற முடியவில்லை!', என்றான் வருத்தத்துடன்.

"சக்கரவர்த்தியிடம் கேட்டறிந்தேன்! உனக்கு முன்பே, இளவரசி இளவழகியைச் சந்தித்த பூவரசு மன்னன் தென்னவன் அவள் இதயத்தைக் கவர்ந்துவிட்டான். நீ ஏமாற்றத்துடன் திரும்ப நேரிட்டது, இல்லையா?'

அவன் ஆமோதிப்பதைப்போலத் தலையாட்ட,

'விசித்ரா, நான் வேறு மாதிரி நினைத்தேன்!'

'என்ன குருவே?'

'பூவரசு மன்னன் தென்னவனும் நீயும் குருகுலத்தில் ஒன்றாய்ப் பயின்றவர்கள். நண்பர்கள். நீ அவனது உதவியை நாடுகிறாய். உன் திட்டத்தின்படி, இளவழகியைச் சந்திக்கும் தென்னவன், அவளை சீர்மதி இளவரசன் கவர்ந்து வரச் சொன்னதாய் பொய் சொல்லுகிறான். நீயும் அவளைச் சந்திக்கிறாய்! இளவழகி தன்னம்பிக்கையும் பிடிவாதமும் கொண்டவள்! அவள் வாயாலே, அவள் தென்னவனை மணக்கப் போவதாய்ச் சொல்ல வைக்கிறாய்! ஏமாற்றத்துடன் திரும்புவதுபோல எல்லோரையும் நம்ப வைக்கிறாய்! உண்மையில் நீ வென்றுவிட்டாய் விசித்ரா! தேசத்தையும், உன் நேசத்தையும் ஒரு சேரக் காப்பாற்றியிருக்கிறாய்!'

'குருநாதா, இது எப்படி தங்களுக்கு..?',
என்றான் அவன் வியப்புடன்.

'உனக்கு அரசியல் ஆசான் நான்
என்பதையே அடிக்கடி மறந்துவிடுகிறாய் விசித்ரா!'

'குருநாதா, இது..?'

'சக்கரவர்த்திகளிடம் கூடச்
சொல்லமாட்டேன்!', என்றவர், 'அதுசரி, அவசரமாய்
எங்கே புறப்படுகிறாய்?'

'மகிழ நாட்டுக்கு!', என்றான் அவன்
புன்னகையுடன்.

$$$$$$$$$$$$$$

www.ingramcontent.com/pod-product-compliance
Lightning Source LLC
LaVergne TN
LVHW091709190726

843493LV00001B/213